என் சிந்தையைக் கவர்ந்த நூல்கள்

– ஜெயகாந்தன்

(புத்தகத் திருநாள் வெளியீடு)

தொகுப்பு

கோ.எழில்முத்து

விஜயா பதிப்பகம்
20, ராஜ வீதி,
கோயம்புத்தூர் - 641 001.
www.vijayapathippagam.org

© ஜெயசிம்ஹன்

என் சிந்தையைக் கவர்ந்த நூல்கள் - ஜெயகாந்தன்

En Sinthayaik Kavarntha Noolgal - Jeyakanthan

தொகுப்பு : **கோ.எழில்முத்து**

முதல் பதிப்பு : ஏப்ரல் 2016

விஜயா பதிப்பகம்

20, ராஜ வீதி, கோயம்புத்தூர் - 641 001.

✆ 0422 - 2382614 / 2385614

vijayapathippagam2007@gmail.com

ஒளியச்சு / புத்தக வடிவமைப்பு : **ஐரிஸ் கிராபிக்ஸ், கோவை.**

அட்டை வடிவமைப்பு : **ஆர்.சி. மதிராஜ், சென்னை.**

அச்சாக்கம் : **ஜோதி எண்டர்பிரைசஸ், சென்னை - 5.**

ISBN - **81-8446-759-1** / பக்கம் : 112 / **விலை : ரூ.** 70/-

உள்ளே...

1. என் சிந்தையைக் கவர்ந்த நூல்கள் - ஜெயகாந்தன் — 9
2. பொன்னகரம் - புதுமைப்பித்தன் — 15
3. கேதாரியின் தாயார் - கல்கி — 19
4. நட்சத்திரக் குழந்தைகள் - பி.எஸ்.ராமையா — 32
5. தீர்ப்பு - விந்தன் — 40
6. கண்ணம்மா - அ.வெ.ரா.கிருஷ்ணஸ்வாமி — 48
7. மனமகிழ்ச்சி - திருலோக சீதாராமன் — 53
8. கோட்டை வீடு - வ.ரா — 59
9. தீபாவளி பட்சணம் - பெ.நா.அப்புஸ்வாமி — 66
10. வானவில் - வி.ஆர்.எம். செட்டியார் — 75
11. பிரிவு - அ.சீநிவாசராகவன் — 82
12. கடற்கரை மோகினி - 'நாடோடி' — 89
13. ஓவியர் மணி - பெ.தூரன் — 95
14. கொல்லைப்புறக் கோழி - ந.சிதம்பர சுப்ரமணியன் — 104

உள்ளே புகுமுன்...

"புத்தகம் அருமையான ஒன்று! எங்களின் நச்சுப்பல் போன்றதாய் இல்லை; மேன்மையினும் மேன்மைச் சிறப்புமிகுந்த ஆடை.

எழுதுவதும் கற்பதும் இயற்கையின் பரிசு; என் புத்தகங்களும், கருவிகளும் என் கூட்டாளிகள். நான் ஏழைகளாய் இருக்கலாம். ஆனால் நூலகம்தான் பெரிது"

- என இன்று புத்தகத் திருநாளாய் போற்றக் காரணமாயிருந்த ஷேக்ஸ்பியரின் கூற்று நூல்களின் தரிசனத்தை நம் முன் கொண்டு வந்து நிறுத்துகிறது.

தோழர் ஜெயகாந்தனுடன் 'நவசக்தி' நாளேட்டில் பணியாற்றி அது நின்று போனபின் சில ஆண்டுகளில் 1999களில் அது வார இதழாய் மலர்ந்தது. திரு. ஆர். எஸ். பாலசுப்ரமணியம் அவர்களை ஆசிரியராகக் கொண்டு திரு.அ.கோபண்ணா பொறுப்பின் கீழ் வெளிவந்தது. அதிலும் பணியாற்றும் வாய்ப்பினைத் தந்தார் கோபண்ணா.

அக்கால கட்டத்தில் திரு. ஜெ.கே. நவோதயா கல்வித் திட்டத்தை தமிழகத்தில் மேற்கொள்ள வலியுறுத்தி பேசி வந்த காலம். காங்கிரஸ் கொள்கைகளின் பிரச்சார பீரங்கியாக வலம் வந்த நேரம்.

வாசிப்பே சுவாசிப்பாக கொண்ட எனக்கு ஜெ.கே.யின் இத் தொடர் நல்ல நூல்களை இன்னும் இன்னும் தேடிப் படிக்க உந்துசக்தியாய் இருந்தது. இதில் இடம் பெற்றுள்ள ஒவ்வொரு கதையும் சிந்தையைக் கவர்ந்த நூல்தான் என்பது நிதர்சனம்.

இத்தொகுப்பில் திரு. அகிலனின் 'காசு மரம்' என்ற சிறுகதை அவரது அனுமதியின் பேரில் வெளியிடவில்லை.

இந்நூலில் படைப்பாளர்கள் அ.வெ.ர. கிருஷ்ணசாமி செட்டியார், வி.ஆர். செட்டியார், அ.சீநிவாசராகவன், 'நாடோடி' புகைப்படங்கள் கிடைத்தற்கரியதாய் இருந்தால் அவர்களின் புகைப்படங்கள் பிரசுரிக்க இயலவில்லை. அடுத்த பதிப்பில் சேர்ப்போம்.

'ஜெ.கே. வாசகர் அணி' - புத்தகத் திருநாளில் இந்நூலை தமிழக மக்களுக்கு தருவதற்கு பெருமை கொள்கிறோம். ஒரு வாசகனாக இருந்து பதிப்பிக்க அனுமதித் தந்த அவரது திருமகனார் **ஜெயஸிம்ஹன்** அவர்களுக்கு எங்கள் நன்றி.

இதனை தொடராக வெளியிட்ட 'நவசக்தி' நாளேட்டிற்கும் நன்றி. வாசகர் மத்தியில் படிப்பார்வத்தை கடந்த முப்பது ஆண்டுகளாக பரப்பி, தனி முத்திரை பதித்த விஜயா பதிப்பகம் புத்தகத் திருநாளில் இந்நூலை வெளியிடுவது சாலச்சிறந்தது தானே! உரிமையாளர் **வேலாயுதம்** அவர்களுக்கு நன்றிகள் பல.

வாசிக்க! சுவாசிக்க!! நேசிக்க!!!

சென்னை - 128 அன்புடன்
9940306746 **கோ.எழில்முத்து**

நூல் என்பது யாது?

ஜெயகாந்தனின் என் சிந்தையைக் கவர்ந்த நூல்கள் எனும் இப்புத்தகம் 1999ஆம் ஆண்டு 'நவசக்தி' என்ற வார இதழில் வெளிவந்தவை. மொத்தம் 13 நூலாசிரியரை அவர் தம் சிறுகதைகளை தன் சிந்தனைக் கவர்ந்த நூல்வரிசை பட்டியலில் கூறியுள்ளார்.

நூல்கள் கல்விக்கு இன்றியமையாத கருவியாக அமைய அவற்றைப் படைத்த நூலாசிரியர்கள் வழி காட்டுகின்றனர். நூல் என்பது யாது? உலகின் முதல் நூல் யாது? நூல் நல்லதா? கெட்டதா? நல்ல நூல் கெட்ட நூல் என்று பகுத்துப் பார்க்கும் அளவுகோல் என்ன?

இலக்கணம் கற்ற புலவர்கட்கும் உரைகல் போன்று ஒரு நூல் அமைந்து கருத்துப் பிழையையும் பற்பல ஐயங்கட்கு முற்றுப் பெற்று நிற்க உறுதி அளிக்கின்றது.

உரைநடை இலக்கியப் பத்திரிகைக்காலம் புயல் போன்று கடந்த நூற்றாண்டில் தோற்றமளித்ததை பிரதிபலிக்கின்றது. இத்தொகுப்பில் இடம்பெற்றிருக்கும் படைப்புகளும் அவற்றைப் படைத்தவர்களும் இன்றில்லை. ஆனால் அந்த புயலளித்த வளமாக அவர்களின் இலக்கிய நோக்கம் அன்னாரின் பலத்தை ஒரு வாசகனாகிய என்னை எண்ணி மிகவும் அசர வைக்கின்றது.

அதே சமயம் இன்னொன்றையும் எண்ணிப்பார்க்க இயலாமல் இருக்க முடியவில்லை. வறுமையின் குறியீட்டுக்கு எல்லையே இல்லையா? இவ்வளவு வறிய வாழ்வில் வறுமை களைய இவற்றால் பயன் உண்டா? அல்லது குருடனுக்கு குருடன் கோல் கொடுத்தது போல் தலை எது? வால் எது? என்று அறியாமல் பொழுதுபோக்கு

மயக்கமாக இவற்றைக் கருதுவதால் நன்மையே என்றும் எண்ணுமளவுக்கு உரையில் பிறழ்ந்தும் இலக்கிய உலகுள் பாய கூர்மை யற்றும் போகும் உரைச்சித்திரங்கள் பஞ்சமின்றி உள்ளனவே. உதாரணங்கள் பல.

இவற்றிலிருந்து இத்தொகுப்பில் இடம்பெற்றுள்ளவை முற்றிலும் வேறுபாடனவை. ஏனெனில் தற்காலத்தில் ஏட்டிக்குப் போட்டி எழுத்து உருவாகி விட்டது. சில கடந்த கால உதாரணங்கள் குறிப்பிடத்தக்கது. ஒட்டக்கூத்தரின் இராமயணம், ஆறுமுகநாவலரின் மருட்பா, இவற்றைப் போல் இன்னும் சில. அவற்றைப் படித்துப் பார்க்கவும். புரிந்து கொள்ளவும் வாசகர்கட்கு வாய்ப்பமையாமல் உள்ள அவலம் உள்ளதை எண்ணி சீர்த்தூக்க விழையவும் இத்தொகுப்பு உதவும் என்று நம்புகின்றேன்.

இந்நூல் வெளிவர முன்நின்றவர் நண்பர் எழில்முத்து.கோ எப்படி ஜெ.கே-யின் ‘கல்பனா’ இதழின் படைப்புகளை வெளிக்கொணர முன்முயற்சி எடுத்து வாசகர் அணி சார்பில் வெளியிட முன் நின்றாரோ அப்படி இதற்கும் முன்பு கை எடுத்து அனைத்து வகைகளிலும் நூல் சிறப்பாக வெளிவர உதவியதும் பெருமையாக கருதுகிறேன்.

மேலும் இந்நூலை புத்தகத் திருநாளில் வெளியிட முன்வந்த பதிப்பாளரும் என் தந்தையின் சக்ருத்யரில் ஒருவருமான திரு.வேலாயுதம் அவர்கள் விஜயா பதிப்பகம் மூலம் வெளி வருவதும் இந்நூலுக்கு மற்றொரு சிறப்பும் எனலாம்.

அன்புடன்

ஜெயசிம்ஹன்

☆

என் சிந்தையைக் கவர்ந்த நூல்கள்

– ஜெயகாந்தன்

நான் ஒரு வாசகன் அல்ல. எவ்வளவு நல்ல புத்தகமானாலும் என்னால் முழுக்கப் படிக்க முடியாது - அது நான் எழுதிய புத்தகமாய் இருந்தால் தவிர. எந்தப் புத்தகத்தையும் என் சிந்தையைக் கவர்ந்து விடுவதற்கு நான் அனுமதிப்பதில்லை; அது நான் எழுதிய புத்தகமாக இருந்தாலும்கூட. அதாவது இந்தச் சிந்தை 'கவர்ந்த' என்ற வார்த்தை 'Influence'என்ற ஆங்கில வார்த்தையின் மொழி பெயர்ப்பு என்று எனக்கு அறிவிக்கப்பட்டதை வைத்துக் கொண்டு சொல்லுகிறேன். 'I have never allowed any book to influence me and i will never....'

நானும் எழுதுகிறவன் என்பதால் எனக்கு மட்டுமே நான் வகுத்துக் கொண்ட ஒரு நெறி இது.

என்னிடம் நூல் நிலையம் கிடையாது. நான் புத்தகங்களை விலை கொடுத்து வாங்குவதுமில்லை; இரவல் வாங்கிப் படிப்பதும் இல்லை. இவ்வளவையும் மீறிப் புத்தகங்கள் என்னை வந்து சந்திக்கின்றன. அவற்றை நான் படிக்கிறேன். சிலவற்றை முக்கால் வாசி கூடப் படிப்பேன். சில புத்தகங்களை முன்னால் பத்துப் பக்கம் நடுவில் பத்துப் பக்கம் கடைசியில் பத்துப் பக்கம் படிப்பேன். சில புத்தகங்களை எங்கேயாவது புரட்டி ஏதாவது ஒரு வரியைப் படித்து மகிழ்வேன். இவ்வளவுதான் புத்தகங்களுக்கும் எனக்கும் உள்ள உறவு.

ஆனால் இந்தச் 'சிந்தை கவர்கிற காரியம்' இதற்குள்ளாகக் கூட நடந்து விடுவதுண்டு. ஆயினும் அந்தப் பெருமை அந்தப் புத்தகத்தைச் சேருவதில்லை. அதில் வருகின்ற ஒரு செய்தி, ஒரு கருத்து, ஒரு வர்ணனை அல்லது ஒரு பாத்திரம். ஏன், சில சமயங்களில் ஒரு சொல் கூட என் சிந்தையைக் கவர்ந்து விடுவது உண்டு.

ஒரு முறை ருஷ்ய ஞானி லியோ டால்ஸ்டாய் மாக்சிம் கார்க்கியிடம் சொன்னாராம்: 'உன்னுடைய புத்தகங்களை விடவும் நீ சிறந்தவனாக இருக்கிறாய்' என்று. இதற்கு மாக்சிம் கார்க்கி சொன்ன பதில் எனக்கு நினைவு வருகிறது. 'எழுதுகிற ஒவ்வொருவரும் தாம் எழுதுகிற விஷயங்களை விடச் சிறந்தவனாகவும் உயர்ந்தவனாகவும் இருக்க வேண்டும். புத்தகம் என்பது என்ன? வார்த்தைகளில் இறந்துபோன கறுத்த நிழல். அதன் பணி ஓர் உண்மையை ஜாடையாகச் சொல்வது; ஆனால் மனிதன் உயிருள்ள கடவுளின் இருப்பிடம். ஒரு நல்ல புத்தகத்தை விட ஒரு கெட்ட மனிதன் சிறந்தவன்.' இதெல்லாம் மாக்சிம் கார்க்கி சொன்னது.

இதை நான் மேற்கோள் காட்டிச் சொல்லும்போது கார்க்கியின் நூல்கள் என் சிந்தையைக் கவர்ந்துவிட்டதாகப் பொருளாகாது. இதை நான் எந்தப் புத்தகத்திலும் நேரடியாகப் படிக்கவில்லை. யாரோ இருவர் பேசிக் கொண்டிருந்தபொழுது இந்த விஷயம் எனக்குத் தெரிந்திருக்கலாம். பின்னர் இதை உறுதி செய்து கொள்வதற்காகச் சந்தர்ப்பவசமாகக் கிடைத்த ஒரு புத்தகத்தை நான் refer செய்தேன். இப்போது சொல்லுங்கள், என்னைக் கவர்ந்தது, கார்க்கியின் நூல்களா? அல்லது யாரோ அந்த இரண்டு பேரின் பேச்சா? அல்லது எவ்வளவோ விஷயங்களின் மத்தியில் என்னைக் கவர்ந்த இந்தக் கருத்தா? இவற்றில் எதுவுமில்லை. இவையெல்லாம் புறச் சாதனங்களே. உண்மையான Influenceக்குக் காரணம் எதுவென்றால் எனக்குள்ளேயே ஏற்கனவே அப்படி ஒரு கருத்து இருந்ததும், அதன் விளைவாக அதன் எதிரொலியை என்னால் அங்கீகரிக்க முடிந்ததும்தான்.

வாழ்க்கையும் தனிமனிதத் தன்மைகளும் என்னுடைய இயல்புகளின் விளைவாக என்னை Influence செய்கின்றன. இதில் புத்தகங்களின் பங்கு ஓரளவு உண்டு. அது ஒரு குறிப்பிட்ட புத்தக மாகவோ அல்லது ஒரு குறிப்பிட்ட ஆசிரியரின் புததகங்களாகவோ இருக்க வேண்டுமென்பதில்லை.

ஒரு காலத்தில், எல்லோரும் சொல்கிறார்களே என்று நானும் விழுந்து விழுந்து படித்ததுண்டு. கம்பராமாயணம் ஆறு காண்டங் களையும் ஒரே மூச்சில் நான் படித்திருக்கிறேன். அதே மாதிரி திருக்குறள், சிலப்பதிகாரம், மகாகவி பாரதியாரின் எழுத்துகள், புதுமைப்பித்தனின் நூல்கள் எல்லாமும் - அச்சில் வராத கையெழுத்துப் பிரதிகள் உட்பட - நான் படித்திருக்கிறேன். இவையெல்லாம் எனக்கு ரசனையும் சில வேளைகளில் அலுப்பும் கூடத் தந்திருக்கின்றன.

என் உள்ளே நேர்ந்திருக்கின்ற ஆக்கபூர்வமான பாதிப்புகளுக்கு இந்த நூல்களும் காரணமாயிருக்கலாம் என்பதை இவற்றை நான் படித்திருப்பதனால் மறுக்க முடியாதவனாக இருக்கிறேன். இவற்றைப் படிக்காமலே கூட இது எனக்கு ஏற்பட்டிருக்க முடியுமென்று நான் உள்ளூர நம்புகிறேன்.

எவ்வளவு பெரிய நல்ல புத்தகத்தையும்கூட ஒரு மோசமான மனிதன் தன்னுடைய முறைகேடான, நெறிகெட்ட, சந்தோஷங் களுக்கு (erotic plesures) பயன்படுத்திக்கொள்ள முடியும். அதே புத்தகம் இன்னொருவனின் மேலான உணர்வுகளுக்குத் துணை போகலாம். இங்கே புத்தகத்தைப் பொறுத்தவரை Influence என்பது சம்பந்தப் பட்ட மனிதனின் இயல்புக்கேற்ப மாறிப் போகிறதல்லவா?

லோகாயுதவாதத்தை (Materialism) வலியுறுத்த வந்த கார்ல் மார்க்சின் புத்தகத்தைப் படித்தே ஆன்மிகம் (Spiritualism) என்பது என்னவென்று நான் உணர்ந்தேன். இதற்கு அர்த்தம், மார்க்சின் நூல்கள் ஆன்மிக வாதத்தை Influence பண்ணக்கூடியவை என்பதல்ல. மார்க்சின் நூல்களைப் படித்ததால் என்னுள் ஏற்பட்ட விளைவுகளுக்கு மார்க்சோ, அவரது நூல்களோ பொறுப்பு அல்ல.

மகாத்மா காந்தியின் சுயசரிதையை நான் முழுக்கவும் படித்ததில்லை. ஏன்? அவரால் பாதிக்கப்பட்ட மனிதரில் பல கோடிப் பேர் அதைப் படித்ததே இல்லை. எனினும், அவர் வாழ்ந்த காலத்தில் வாழ்ந்த அத்தனைபேரும் அவரால் பாதிக்கப் பட்டிருக்கிறார்கள். மகாத்மா காந்தி எழுதிய நூல்களைவிடவும் மகாத்மா காந்தி என்கிற மனிதர் இந்த வாழ்க்கையை அதிகம் பாதித்திருக்கிறார் அல்லவா?

சத்தியசோதனை என்கிற புத்தகம் மகாத்மா காந்தியின் வாழ்க்கையில் ஒரு பகுதி. அவர் வாழ்ந்த வாழ்க்கைப் பதிவு. அவர் வாழ்ந்ததே சத்தியசோதனை என்கிற புத்தகத்தை எழுதுவதற்காக அல்ல. புத்தகம் மனிதனின் லட்சியமாக முடியாது.

அதே மாதிரி டால்ஸ்டாயினுடைய பாதிப்புகள் அதாவது 'சிந்தை கவரல்கள்' என்னிடம் அதிகமாக இருக்கலாம். இதற்குக் காரணம் மகாத்மா காந்தி என்ற ஒரு மனிதர். 'டால்ஸ்டாய் எனக்குக் குருநாதர்' என்று அவர் சொன்னதுதான். இதை நான் எந்தப் புத்தகத்திலும் படித்து அறியவில்லை. எப்படியோ இந்தச் செய்தி என்னை வந்து அடைகிறது. நான் அறியவேண்டிய செய்திகள் புத்தகங்களின் மூலமோ போஸ்ட் மேன்களின் மூலமோதான் என்னை அடைய வேண்டுமென்பதில்லை. புத்தகங்கள் செய்கிற வேலை ஒரு போஸ்ட்மேனின் வேலைதான்.

டால்ஸ்டாயின் நூல்களிலேயே நான் முழுக்கப் படித்தது ஒன்றே ஒன்றுதான். அதாவது Resurrection. இதைப் படிப்பதற்கு முன்னாலேயே, ஏற்கனவேயே டால்ஸ்டாய் என்கிற மனிதன் என் சிந்தையைக் கவர்ந்து விட்டதனாலேயே இந்தப் புத்தகத்தை நான் படிக்க நேர்ந்தது.

இதுபோலவே நான் பைபிளை அடிக்கடி படிக்கிறேன். இயேசுநாதரைப் பற்றி எனக்கு ஏற்கனவே தெரியும். பைபிளில் சொல்லப்பட்ட, சொல்லப்படுகின்ற விஷயங்கள் எல்லாமே எல்லோருக்கும் ஏதோ ஒரு வகையில் தெரியும். According to the Bible. அதாவது பைபிளின்படி இந்த விஷயம் எப்படிச் சொல்லப் பட்டிருக் கின்றது என்பதைத் தெரிந்து கொள்வதற்காகவே நான் பைபிளைப் படிக்கிறேன். படித்ததால் சில விஷயங்கள் எனக்குத் தெரிந்திருந்ததை விடவும் விஸ்தாரமாகத் தெரிய வருகின்றன. இன்னும் சில அவற்றில் இருப்பதைவிடவும் விஸ்தாரமாக ஏற்கனவே எனக்குத் தெரிந்திருக்கின்றன. எனவே பைபிள் என்கிற புத்தகம் என் சிந்தையைக் கவர்ந்ததை விடவும் பைபிள் என்கிற ஒரு நூல் உருவாக எது காரணமாக இருந்ததோ அது என் சிந்தையைக் கவர்ந்ததாக அர்த்தம்.

புத்தகங்கள் வெறும் குறியீடுகளே. மேல்நாட்டு இசைக் கலைஞர்கள் ஒரு சங்கீதத்தையே எழுதிக் காட்டுவார்கள். அந்த Notation-களைப் புரிந்துகொள்கிறவன் செவிமயமாய் ஓர் இசையை அனுபவிப்பான். அது மாதிரிப் புத்தகங்களின் மூலம் வாழ்க்கை நம்மைக் கவருதல் வேண்டும்.

இதற்கு முக்கியமாக அந்தப் புத்தகங்கள் எதனுடன் தொடர்பு கொண்டிருக்கின்றனவோ அது நம்முள்ளே இருத்தல் வேண்டும்.

இதோ இந்த வானொலி நிலையத்திலிருந்து எனது குரல் வாயு மண்டலமெங்கும் பரவி நிற்கிறது. இதைக் கேட்பதற்கு உங்களிடம் ஒரு receiver வேண்டும். அது மாதிரி புத்தகங்கள். படைப்பவனுக்கும் ரசிப்பவனுக்குமிடையே வானொலிப்பெட்டி மாதிரி செயல்படும் சங்கீதத்தை அது உற்பத்தி செய்யாது.

வாழ்க்கையோடு நமக்கிருக்கிற உறவே அகமயமானது. இந்த அடிப்படை Spirit-டிற்கு ஏற்பவே கவர்தல் நிகழும். சிறுவயதில் நான் வறுமையை நன்கு அனுபவித்திருக்கிறேன். வறுமையில் மனித மரியாதை மேம்பட்டது. செல்வராயிருந்து வீழ்ந்தவர்களின் அவமானங்

களும் அசட்டுத்தனங்களும்கூட எனக்கு ரசமாயிருந் திருக்கின்றன. பொருளாதார வீழ்ச்சியை இந்த மனிதர்கள் ஏன் தங்கள் சொந்த வீழ்ச்சியாக நினைக்கிறார்கள் என்று எனக்குப் புரிந்ததே இல்லை.

ஒரு புத்தகாலயத்தில் நான் புரூப் ரீடராக வேலை பார்த்த பொழுது மாக்சிம் கார்க்கியின் ஆர்ட்டமொனாவ்ஸ் என்ற நாவலைப் படிக்க வேண்டியது என் தொழிலாயிற்று. கார்க்கியின் கருத்துகள் என்னைக் கவர்ந்த மாதிரி அவரது கதைகளும் நாவலும் என்னைக் கவரவில்லை. அந்த நாவல் எனக்கு போரடித்தது. அது நாவலின் குறையாகத்தான் இருக்க வேண்டுமென்பதில்லை.

அந்த நாவல் ருஷ்ய வாழ்க்கையில் அடிமை விமோசனத்துக்குப் பிறகு மனித முயற்சியால் எவ்வாறு நவீன இயந்திர முதலாளித்துவ சமுதாயம் வளர்ந்து, சமுதாய பரிணாம விதிப்படி எப்படி படிப் படியாய் அழிந்து, புதியதொரு சமுதாயம் பிறக்கிறது என்பதை ஒரு குடும்பத்தின் மூன்று தலைமுறைகளை வைத்துக் காட்டுவது. அதன் இறுதி அத்தியாயத்தில் பியோடர் என்கிற ஒரு செல்வப் பிரபு, ஆலை அரசன், தன்னுடைய தொண்ணூறாவது வயதில் நினைவிழந்து, பிரஞ்சை இழந்து தன்னைச் சுற்றிலும் என்ன நடக்கிறது என்று தெரியாத நிலையில் - ஒரு வேனிற்காலக் கொட்டகையின் வைக்கோற் போரின்மீது அந்த மாபெரும் ருஷியப் புரட்சி தன்னைத் தூக்கி எறிந்துவிட்ட நிலையில் - விழித்துப் பார்க்கிறான். தன்னுடைய வேலைக்காரர்களின் பெயர்களையெல்லாம் சொல்லிக் கூவுகிறான். கடைசியில் அவன் மனைவிதான் வருகிறாள்.

''என்ன ஆகிவிட்டது? எல்லோரும் எங்கே போய்த் தொலைந்து விட்டார்கள்?'' என்று அதிகார மிடுக்குடன் கேட்கிறான் அவன்.

''சத்தம் போடாதீர்கள். என்னென்னமோ ஆகிவிட்டது. உங்களுக்கு என்ன வேண்டும்?'' என்று அவள் நடுக்கத்தோடு கேட்கிறாள்.

''எனக்குப் பசிக்கிறது'' என்று அவன் சொல்லவும் ''அதற்காகத் தான் நான் எங்கெங்கோ அலைந்து இதைக் கொண்டு வந்திருக்கிறேன்'' என்று ஒரு ரொட்டியை அவன் மனைவி அவனிடம் கொடுக்கிறாள். வெளியில் கொட்டுகிற பனியில் நனைந்து ஊறிப் போயிருக்கிற அந்த ரொட்டியைக் கையில் வாங்கிப் பார்க்கிறான் பியோடர்.

''இதுவா? எனக்கா?'' என்று வாழ்ந்த வாழ்க்கையை யெல்லாம் எண்ணிய ஆங்காரத்தோடு கேட்கிறான்.

"இதற்காக நான் எவ்வளவு கஷ்டப்பட்டேன் தெரியுமா?" என்று கண்கலங்குகிறாள் அவன் மனைவி. அவனுக்குக் கோபம் வருகிறது. அந்தக் கோபம் வெறும் வீம்போ, வீராப்போ அல்ல; அது மனித கர்வம்.

"சீ, இதை நான் தின்னக் கூடாது" என்று தூக்கி எறிந்து, எறிந்த வேகத்தில் கீழே விழுகிறான் - நாவல் முடிகிறது.

இந்தப் புத்தகத்திற்கு நான் புரூப் பார்க்கப் போகாமலிருந்தால் இந்தக் கடைசி பக்கங்களை மட்டுமே நான் விரும்பிப் படித்திருப்பேன். இதைப் படிக்க நேர்ந்திருக்கா விட்டாலும், இந்த உணர்ச்சி என்னிடம் இருந்திருக்கிறது. ஏனெனில் இந்த உணர்ச்சியைத்தான் செல்வ நிலையிலிருந்து வீழ்ந்து அவமானப் படுகிறவர்களிடம் நான் எதிர்பார்த்தேன். எனவேதான் அந்த நாவலின் பிற்பகுதிகள் எதுவுமே என் நினைவில் நிற்காமல் அந்தப் பகுதி மட்டும் நினைவிலிருக்கிறது.

என் வாழ்க்கை இந்த விதமாய் என் சிந்தையை உருவாக்கி இருப்பதனாலேயே இந்தப் பகுதி என் சிந்தையைக் கவர்கிறது.

'Influence' என்பதற்குச் சிந்தையை உருவாக்குவது என்ற பொருளும் கொள்ளலாம். அது புத்தகத்தின் வேலை அல்ல; அதைச் செய்வது வாழ்க்கை.

ஆனால் சிந்தை கவர்தல் என்கிற காரியத்தை முன்பு நான் குறிப்பிட்ட புத்தகங்களும், குறிப்பிடாத வேறு புத்தகங்களும், ஏன் மறந்து விட்ட புத்தகங்களும் கூடச் செய்திருக்கலாம்.

'Books appeal to the mind which is already influenced by life' வாழ்க்கையினால் ஏற்கெனவே உருவாக்கப்பட்ட மனங்களைப் புத்தகங்கள் கவர்கின்றன. அதனால்தான் நான் புத்தகங்களைவிட அதிகமாக மனிதர்களையும் வாழ்க்கையையும் படிக்கிறேன். இது முடியாதவர்களுக்கும் இதை விரும்பாதவர்களுக்கும் புத்தகங்களை விட நல்ல துணை கிடையாது.

பொன்னகரம்

புதுமைப்பித்தன்

அறிமுகம்

புதுமைப்பித்தனுக்கு முன்னாலும் பின்னாலும் தமிழில் சிறுகதை எழுதியவர்கள் உண்டு. எனினும் உலக இலக்கியத்தின் தரத்துக்கு இணையாக உயர்ந்து நிற்கும் சிறுகதைகளைப் படைத்து அளித்தவர் புதுமைப்பித்தனே ஆவார். இக்கூற்று புகழுரை அன்று. எக்காலத்திலும் தமிழர் எவரும் பெருமிதத்தோடு நினைவுகூர வேண்டுவதும் தமிழ் வாசகர்களின் இலக்கியக் கடப்பாடும் ஆகும் இது.

புதுமைப்பித்தனிடமிருந்துதான் புதிய தமிழ் இலக்கியம் வீறுடன் பிறந்தமேனியோடு நாபிக்கொடியை இழுத்துத் தோள்மீது போட்டுக் கொண்டு சமூகத்தின் மீது கசையடி கொடுக்கும் போரினைத் தொடங்குகிறது.

காவியத்துக்கு ஒரு கம்பன், கவிதைக்கு ஒரு பாரதி எனின் சிறுகதைக்கு ஒரு புதுமைப்பித்தன் என்று தமிழ் இலக்கிய சாம்ராஜ்யத்தில் பறை கொட்டிச் சொல்லுகின்ற அவரது படைப்புகளில் ஒன்று 'பொன்னகரம்'.

தமிழ் வாசகர்கள் தலைமுறை தோறும் திரும்பத் திரும்பப் படிக்க வேண்டிய இலக்கியக் களஞ்சியத்திலிருந்து இந்த ஒரு கதையை நவசக்தி வாசகர்களுக்கு அறிமுகம் செய்து வைப்பதில் மகிழ்ச்சி அடைகிறேன்.

- ஜெயகாந்தன்

பொன்னகரத்தைப் பற்றிக் கேட்டிருக்கிறீர்களா? நமது பௌராணிகர்களின் கனவைப் போல அங்கு ஒன்றுமில்லை. பூர்வ புண்ணியம் என்று சொல்லுகிறார்களே அந்தத் தத்துவத்தைக் கொண்டு, நியாயம் என்று சமாதானப்படவேண்டிய விதிதான். ஒரு சில மகாராஜர்களுக்காக இம்மையின் பயனைத் தேடிக் கொடுக்கக் கடமைப்பட்டு வசிக்கும் மனிதத் தேனீக்களுக்கு உண்மையில் ஒரு பொன் நகரந்தான் அது.

ரயில்வே தண்டவாளத்தின் பக்கமாக சாராய, டிப்போஷக்குப் போகிற ஒரு சந்து, அதுதான் அங்கு 'மெயின்' ரஷ்தா கைகோத்த நான்கு பேர் வரிசை, தாரளமாகப் போகலாம். எதிரே வண்டிகள் வரா விட்டால் இதற்குக் கிணையாக உள் வளைவுகள் உண்டு.

இந்தத் திவ்வியப் பிரதேசத்தைத் தரிசிக்க வேண்டுமானால்... சிறு தூறலாக மழை சிணுசிணுத்துக் கொண்டிருக்கும் பொழுது சென்றால்தான் கண்கொள்ளாக் காட்சியாக இருக்கும். வழி நெடுகச் சேற்றுக் குழம்புகள். சாலையோரமாக 'முனிசிபல் கங்கை' - அல்ல, யமுனைதானே கறுப்பாக இருக்கும்? - அதுதான். பிறகு ஓர் இரும்பு வேலி, அதற்குச் சற்று உயரத் தள்ளி அந்த ரயில்வே தண்டவாளம்.

மறுபக்கம், வரிசையாக மனிதக் கூடுகள் - ஆமாம், வசிப்பதற்குத் தான்!

தண்ணீர்க் குழாய்கள்? இருக்கின்றன. மின்சார விளக்கு? ஞாபகமில்லை - சாதாரண எண்ணெய் விளக்கு, அதாவது சந்திரன் இல்லாத காலங்களில் (கிருஷ்ண பட்சத்தில்) ஏற்றி வைத்தால் போதாதா?

பொன்னகரத்துக் குழந்தைகளுக்கு 'மீன் பிடித்து' விளையாடுவதில் வெகு பிரியம். அந்த முனிசிபல் தீர்த்தத்தில், மீன் ஏது? எங்கிருந்த பணக்கார வீடுகளிலிருந்தோ, சில சமயம் அழுகிய பழம், ஊசிய வடை, இத்யாதி உருண்டு வரும். அது அந்த ஊர்க் குழந்தைகளின் ரகசியம்.

ரயில்வே தண்டவாளத்தின் பக்கத்தில் விளையாடுவதில் என்ன ஆனந்தமோ? வேலி இருக்கத்தான் செய்கிறது. போகக் கூடாது என்ற சட்டம் குழந்தைகளுக்குத் தெரியுமா? 'போனால்' பெற்றோருக்குத் தான் கொஞ்சம் பாரம் ஒழிந்ததே! குழந்தைகள் தான் என்ன, 'கிளாக்ஸோ' 'மெல்லின்ஸ் பூட்' குழந்தைகளா, கம்பி இடையில் போக முடியாமலிருக்க? புகைந்தோடும் அந்த இரும்பு நாகரிகத்திற்கு, வரிசையாக நின்று 'குட்மார்னிங் சார்!' என்று கத்துவதில் ரொம்ப ஆனந்தம் அவர்களுக்கு. அதுதான் அவர்களுக்குக் கிடைக்கும் ஆரம்ப ஆங்கிலக் கல்வி.

ஐந்து மணிக்கு அப்புறந்தான் ஊர் கலகலவென்று உயிர் பெற்று இருக்கும். அப்பொழுதிருந்துதான் அவ்வூர்ப் பெண்கள் தங்கள் வேலையைச் செய்வார்கள். சாராய வண்டிகள், தண்ணீர் எடுக்க வரும் பெண்கள்! அங்கு தண்ணீர் எடுப்பது என்றால் ஒரு பாரதப்போர்.

இள வயதில் நரைத்தது போல் பஞ்சு படிந்த தலை, மாசடைந்த கண்கள் - விடிய விடிய மின்சார 'ஸ்பின்டிலை'ப் (கதிர்) பார்த்துக் கொண்டு இருந்தால், பிறகு கண் என்னமாக இருக்கும்? கண்கள் தாம் என்ன இரும்பா? உழைப்பின் ஆரோக்கியத்தால் ஏற்பட்ட கட்டமைந்த அழகு. ஆரோக்கியமா? அது எங்கிருந்து வந்தது? பாக்டீரியா, விஷக் கிருமிகள், காலரா இத்யாதி அங்கிருந்துதானே உற்பத்தி செய்யப் படுகின்றன! எப்படியாவது உயிர் வாழ வேண்டும் என்று ஆசையிருந்தால் எல்லாம் நடக்கும். பழைய கற்காலத்து மனிதன், புலி சிங்கங்களுடன் குகையில் வாழ்ந்து வந்தான்; அவைகளும் அவனைக் கொன்றன; அவனும் அவைகளைக் கொன்றான். அதற்காக வலிமை யற்று, வம்சத்தை விருத்தி செய்யாமல் செத்தொழிந்தா போனான்? வாழ்க்கையே ஒரு பெரிய வேட்டை, அதற்கென்ன?

கழுத்தில் ஒரு கருப்புக் கயிறு - வாழ்க்கைத் தொழுவின் அறிகுறி. அதைப் பற்றி அங்கு அதிகக் கவலையில்லை. அது வேறு உலகம் ஐயா, அதன் தர்மங்களும் வேறு.

அம்மாளு ஒரு மில் கூலி. வயது இருபது அல்லது இருபத்தி ரண்டிற்கு மேல் போகாது. புருஷன் 'ஜட்கா' வைத்திருக்கிறான்; சொந்த வண்டிதான். அம்மாளு, முருகேசன் (அவள் புருஷன்) அவன் தாயார், தம்பி, முருகேசன் குதிரை - ஆக நபர் ஐந்து சேர்ந்தது அவர்கள் குடும்பம். இருவருடைய வரும்படியில்தான், இவர்கள் சாப்பாடு (குதிரை உள்பட), வீட்டு வாடகை, போலீஸ் 'மாமூல்'. முருகேசன் தம்பி திருட்டுத் தனமாகக் கஞ்சா அடிக்கக் காசு - எல்லாம் இதற்குள்தான். எல்லாரும் ஏகதேசக் குடியர்கள்தான். 'டல் ஸீஸ்'னில் பசியை மறக்க வேறு வழி? பசி, ஓயா பசி!' 'பத்தும் பசி வந்திடப் பறந்துபோம்' என்று வெகு ஒய்யாரமாக, உடம்பில் பிடிக்காமல் பாடுகிறீரே, அங்கு நீர் ஒருநாள் இருந்தால் உமக்கு அடிவயிற்றிலிருந்து வரும் அதன் அர்த்தம்!

அன்றைக்கு முருகேசனுக்குக் குஷி, அவனும், அவன் குதிரையும் 'தண்ணி போட்டு' விட்டு ரேஸ் விட்டார்கள். வண்டி 'டோக்கர்' அடித்தது. ஏர்க்கால் ஒடிந்தது. குதிரைக்கு பலமான காயம். முருகேசனுக்கு ஊமையடி. வீட்டில் கொண்டுவந்து போடும் பொழுது பேச்சு மூச்சில்லை. நல்ல காலம் குடித்திருந்தான், இந்த மாதிரி வலி தெரியாமலாவது கிடக்க. வீக்கத்திற்கு என்னத்தையோ அரைத்துப் பூசினாள் அம்மாளு. அப்பொழுதுதான் சற்று பேசினான். அவனுக்குப் பால் கஞ்சி வேண்டுமாம்! அம்மாளுவுக்குக் கூலிபோட இன்னும் இரண்டு நாள் இருக்கிறது. வீட்டில் காசேது?

அம்மாளு தண்ணீர் எடுக்க வருகிறாள்.

'கும்'மிருட்டு பஞ்சாங்கத்தின்படி இன்றைக்குச் சந்திரன் வரவேண்டும். ஆனால் அது மேகத்தில் மறைந்து கொண்டால் முனிசிபாலிடி என்ன செய்ய முடியும்?

எப்பொழுதும்போல் இரைச்சல்தான். ஒருவாறு தண்ணீர் பிடித்தாய்விட்டது. திரும்பி வருகிறாள்.

சந்தின் பக்கத்தில் ஒருவன் - அம்மாளுவின் மேல் ரொம்ப நாளாகக் 'கண்' வைத்திருந்தவன்.

இருவரும் இருளில் மறைகிறார்கள். அம்மாளு முக்கால் ரூபாய் சம்பாதித்து விட்டாள். ஆம், புருஷனுக்குப் பால் கஞ்சி வார்க்கத்தான்!

என்னமோ கற்பு, கற்பு என்று கதைக்கிறீர்களே! இதுதான் ஐயா, பொன்னகரம்!

☆

கேதாரியின் தாயார்

கல்கி

அறிமுகம்

அமரர் கல்கியின் நூற்றாண்டு விழா நினைவாக இக்கதையை நமது வாசகர்களுக்கு அறிமுகம் செய்வதில் பெருமை யடையலாம்.

தமிழ் மக்களைப் பத்திரிகை படிக்கிறவர்களாகவும், கதை படிப்பவர்களாகவும் பெருமளவில் உருவாக்கிய பெருமை அமரர் கல்கியையே சாரும்.

கல்கி அவர்கள் சாதாரண எழுத்தாளர் அல்ல. அவர் ஒரு சமூக சக்தியாகவே திகழ்ந்தார். அரசியலில், இலக்கியத்தில், கலை விமர்சனத்தில் தமிழ் மறுமலர்ச்சித்துறையில் அவரளவுக்கு அவர் காலத்தில் பணியாற்றியவர் வேறு எவருமிலர்.

ஜனரஞ்சகமாக உன்னதமான விஷயங்களைப் படைத்து தமிழகத்தில் பெண் மக்களின் படிப்புத் திறனை உருவாக்கிப் பெண்கள் முன்னேற்றத்துக்கு ஓர் இயக்கமாகவே பணியாற்றியவர்.

அவர் காலத்தில் உருவான சரித்திர நாவல்களுக்கு இணையாக இன்றளவும் யாரும் படைக்கவில்லை.

கல்கியை ஜனரஞ்சக எழுத்தாளராகவும், பத்திரிகைக்காரர் என்றும் மணிக்கொடி எழுத்தாளர்களையே இலக்கியப் படைப்பாளிகள் என்றும் மறுமலர்ச்சி எழுத்தாளர்கள் என்றும் கணிப்பு இருந்தபோதில், கல்கியும் எத்தகைய சமுதாயப் புரட்சிக்காரர் என்றும் மறுமலர்ச்சி எழுத்தாளர் களுக்கு இணையானவர் என்றும் எடுத்துக் காட்டும் - அவரது படைப்புகளிலேயே - வித்தியாசமான கதை 'கேதாரியின் தாயார்.'

இந்தச் சிறுகதைக்கு முன்னுரை போலவும் முடிவுரை போலவும் வருகிற முதல் பகுதியும் இறுதிப் பாராவும் - இப்படைப்பை மிகச் சிறந்த சிறுகதை என்ற பீடத்தில் ஏற்றி வைக்கின்றன.

சமுதாய, ஆன்மிக நோக்கும் மனித நேயமும் மிக்க முற்போக்கு இலக்கியப் படைப்பின் முன்னோடி கல்கி.

'அந்தக் கிளிக்கு இப்போது மொட்டை அடித்து முக்காடும் போட்டிருந்தார்கள்' என்ற கடைசி வரி நெஞ்சில் அறைந்த மாதிரி இல்லை?

- ஜெயகாந்தன்

சமீபத்தில் பத்திரிகைகளில் 'அம்மாமி அப்பளாம்' என்னும் விளம்பரத்தைப் பார்த்ததும், எனக்குத் தூக்கி வாரிப் போட்டது. உடனே பாகீரதி அம்மாமியின் ஞாபகம் வந்தது. அவளுடைய அருமைப் புதல்வனும் என்னுடைய பிராண சிநேகிதனுமான

கேதாரியின் அகால மரணத்தை எண்ணிய போது உடம்பை என்னவோ செய்தது. கேதாரிக்கு இந்தக் கதி நேருமென்று யார் நினைத்தார்கள்? இது போன்ற சம்பவங்களை எண்ணும்போது தான் மனித யத்தனத்தில் நமக்கு நம்பிக்கை குன்றி, விதியின் வலிமையில் நம்பிக்கை பலப்படுகிறது.

கேதாரி நோய்ப்பட்டு கிடந்தபோது அவனை வந்து பரிசோதனை செய்யாத பெரிய டாக்டர்கள் சென்னையில் யாரும் இல்லை. ஆயினும் அவர்களில் யாரும் அவனுடைய நோயின் மூல காரணத்தைக் கண்டுபிடிக்கவில்லை. ஏதேதோ வியாதியென்றும், காம்ளிகேஷன் என்றும் சொல்லி வைத்தியம் செய்தார்கள். கேதாரி பிழைக்கவுமில்லை. அவனுடைய சிநேகிதர்களையும் உறவினர்களையும் பரிதவிக்க விட்டு இறந்துதான் போனான். இதுபற்றி அச்சமயம் டாக்டர்களுக்கே ஒரு கெட்ட பெயர் ஏற்பட்டிருந்தது. 'என்ன வைத்திய சாஸ்திரம்? என்ன டாக்டர்கள்? எல்லாம் வெறும் படாடோபந்தான்' என்று ஜனங்கள் சொன்னார்கள்.

கேதாரியின் விஷயத்தில் டாக்டர்கள் பேரிலாவது, வைத்திய சாஸ்திரத்தின் மேலாவது யாதொரு தவறுமில்லை யென்பதை வெளிப்படுத்துவதற்காகவே இதை நான் எழுதுகிறேன். அவனுடைய உடல் நோயின் வேர் அவனுடைய மனோ வியாதியில் இருந்தது என்பதும், அந்த மனோவியாதி நமது சமூகத்தைப் பிடித்திருக்கும் பல வியாதிகளில் ஒன்றைக் காரணமாகக் கொண்டதென்பதும் டாக்டர்களுக்கு எப்படித் தெரியும்? அவனுடைய அருமைத் தாயாருக்கும், இளம் மனைவிக்கும் கூட அது தெரியாத விஷயமே. அவனுடைய அத்தியந்த நண்பனான நான் ஒருவனே அந்த இரகசியத்தை அறிந்தவன். கேதாரி மரணமடைந்த புதிதில் அதைப்பற்றிப் பேசவோ எழுதவோ முடியாதபடி துக்கத்தில் ஆழ்ந்திருந்தேன். இப்போது ஒரு வருஷத்துக்குமேல் ஆகிவிட்டது. என்னுடைய ஆத்ம சிநேகிதனுக்கு நான் செய்யவேண்டிய கடமையாகக் கருதி அவனுடைய கதையை வெளியிடுகிறேன்.

ஆமாம்; ரொம்பவும் துயரமான கதைதான். நம்முன் சிலர் சோக ரசத்தை அனுபவிப்பதற்காக நாடகங்களுக்குப் போவோம்; ஆனால் வாழ்க்கையில் நம் கண் முன் நிகழும் சோக சம்பவங்களைப் பார்க்கப் பிடிக்காமல் கண்களை மூடிக் கொள்வோம். அத்தகையவர்கள் கேதாரியின் கதையைப் படிக்காமல் விடுவதே நல்லது!

1

கேதாரிக்கு அவனுடைய தந்தையைப் பற்றிய ஞாபகமே கிடையாது. அவன் மூன்று வயதுக் குழந்தையாயிருந்த போது அவனுடைய தந்தை வீட்டை விட்டு, ஊரை விட்டு ஓடிப் போய் விட்டார். ஒரு நாடகக்காரியின் மையலில் அகப்பட்டு அவர் தம்முடைய இளம் மனைவியையும், மூன்று வயதுப் பிள்ளையையும் அநாதையாக விட்டுவிட்டுப் போனார். இந்த விவரமெல்லாம் எங்களுக்கு வெகு நாள் வரையில் தெரியாது. கேதாரிக்குக் கலியாணப் பேச்சு நடந்த போதுதான் அவனுடைய தாயார் சொல்லித் தெரிந்து கொண்டோம்.

பெண்ணைப் போய்ப் பார்த்துவிட்டு வரும்படி பாகீரதி அம்மாமி சொன்னபோது, 'நீ பார்த்து நிச்சயம் செய்தால் சரிதான், அம்மா! ஒரு மூளிப் பெண்ணைக் கலியாணம் பண்ணிக் கொள்ளச் சொன்னாலும் பண்ணிக் கொள்கிறேன்' என்றான் கேதாரி.

'பின், என்ன, அம்மாமி உங்களுக்கு? இந்தக் கலியுகத்தில் இந்த மாதிரி பிள்ளை இன்னொருவனைக் காணவே முடியாது. நீங்களே முடிவு செய்து விடுங்களேன்' என்றேன் நான்.

ஆனால் பாகீரதி அம்மாமி கேட்கவில்லை. 'கேதாரி போய்ப் பெண்ணைப் பார்த்துப் பிடித்திருக்கிறது' என்று சொன்னால்தான் கலியாணம் நிச்சயம் பண்ணுவேன் என்று சொன்னாள். அப்போதுதான் கேதாரியின் தகப்பனாரின் பேச்சை அவள் எடுத்து, நான் கேட்டது.

'இப்படியெல்லாம் பிள்ளையையும் பெண்ணையும் சம்மதம் கேட்காமல் கலியாணம் பண்ணிப் பண்ணித்தான் குடும்பங்களில் கஷ்டம் ஏற்படுகிறது. இவனுடைய (கேதாரியினுடைய) தகப்பனார் எங்களை விட்டுவிட்டுப் போனதற்காக ஊரெல்லாம் அவரைத் திட்டினார்கள். எனக்கும் அப்போது கோபமும் ஆத்திரமும் அடைத்துக் கொண்டுதான் வந்தது. நாற்பது நாள் படுத்த படுக்கையாய்க் கிடந்தேன். ஆனால், பின்னால் ஆற அமர யோசித்துப் பார்த்ததில் அவர் மேல் ஒரு குற்றமும் இல்லையென்று தோன்றிற்று. என்னைக் கலியாணம் செய்து கொள்வதில் அவருக்கு இஷ்டமே இல்லையாம். அப்படிச் சொல்லவும் சொன்னாராம். ஆனால் பெரியவர்கள் பலவந்தப்படுத்திக் கலியாணம் செய்து வைத்தார்களாம். ஏதோ ஐந்தாறு வருஷம் பல்லைக் கடித்துக் கொண்டு குடும்பம் நடத்தினோம். அப்புறம் அந்தக் கூத்தாடிச்சி வந்து சேர்ந்தாள்; போய்விட்டார்'.

தொகுப்பு: கோ. எழில்முத்து

இப்படி பாகீரதி அம்மாமியே அந்தப் பேச்சை எடுத்த போது, நானும் பக்குவமாகச் சிற்சில கேள்விகளைப் போட்டு மற்ற விவரங்களையும் அறிந்தேன். கேதாரியின் தகப்பனார் சுந்தரராமையர் பார்ப்பதற்கு வாட்ட சாட்டமாய் ஆள் நன்றாயிருப்பாராம். ரொம்ப நன்றாய்ப் பாடுவாராம். அப்போது திருமங்கலத்தில் தபாலாபீஸில் அவருக்குக் குமாஸ்தா உத்தியோகம். ரங்கமணி என்னும் பெயர் பெற்ற நாடகக்காரி அவ்வூரில் நாடகம் நடத்திக் கொண்டிருந்தாள். ஒரு நாள் அயன் ராஜபார்ட் போடுகிறவனுக்கு ரொம்ப உடம்பு சரிப்பட வில்லையென்றும், அன்று அநேகமாய் நாடகம் நடைபெறாதென்றும் செய்தி வந்தது. கேதாரியின் தகப்பனாருக்கு நாடகம் என்றால் பித்து. நாடகம் பார்த்துப் பார்த்து எல்லா நாடகங்களும் நெட்டுரு; பாட்டுக்கள் தலைகீழ்ப் பாடம். ஆகவே இவர் போய் 'நான் ராஜபார்ட் போட்டுக் கொள்கிறேன்' என்றார். சில பாட்டுக்களும் பாடிக் காட்டினார். ரங்கமணி சம்மதித்தாள். நாடகம் நடந்தது. எல்லாரும் அதிசயிக்கும்படி கேதாரியின் தகப்பனார் நடித்தார். அம்மாமிக்குக் கூட 4அது பெருமையாயிருந்தது. அப்புறம் திருமங்கலத்தில் அந்தக் கம்பெனி இருந்தவரையில் அவர்களுடனேயே இருந்தார். வேலையை ராஜினாமாக் கொடுத்து விட்டாரென்றும், அந்த நாடகக்காரி அவரை மயக்கி விட்டாளென்றும், தன்னுடன் அழைத்துக் கொண்டு போகப் போகிறாளென்றும் ஊரிலே பேசிக் கொண்டார்கள். ஆனால் பாகீரதி அம்மாமி அதையெல்லாம் நம்பவில்லை. கடைசியில், நாடகக் கம்பெனி ஊரைவிட்டுப் போயிற்று. அதற்கு மறுநாள் சுந்தர ராமையரையும் காணவில்லை. நாடகக் கம்பெனி இலங்கைக்குப் போயிற்றென்றும், அங்கே போய் இவரும் சேர்ந்து கொண்டாரென்றும் பின்னால் தகவல் தெரிய வந்தது.

அதற்குப் பிறகு அவரைப் பற்றி ஒரு விவரமும் தெரியவில்லை. மேற்படி நாடகக் கம்பெனியார் இலங்கை, பர்மா, சிங்கப்பூர், பினாங்கு முதலிய வெளி நாடுகளிலேயே சுற்றிக் கொண்டிருந்ததாகத் தெரிந்தது. பல வருஷங்களுக்குப் பிறகு இரண்டொரு தடவை சென்னை நகருக்கும் வந்திருந்தனராம். ஆனால் பாகீரதி அம்மாமி அதற்குள் அவரைப் பற்றி எண்ணுவதையே விட்டு விட்டாள். இப்போது அவளுடைய ஆசை முழுவதையும் கேதாரியின் மேல் வைத்திருந்தாள்.

சுந்தரராமையர் ஓடிப் போன செய்தியறிந்து, பாகீரதி அம்மாமியின் தாய் தந்தையர்கள் திருமங்கலத்துக்கு வந்து அவளைத் தங்களுடன் கிராமத்துக்கு அழைத்துப் போனார்கள். அவர்கள் சொற்பக் குடித்தனக்

காரர்கள். பாகீரதியைத் தவிர அவர்களுக்கு வேறு பிள்ளைக் குட்டி கிடையாது. கிராமத்தில் ஐந்தாறு வருஷம் இருந்தார்கள். அப்புறம் கேதாரியைப் படிக்க வைப்பதற்காகத் திருச்சிராப்பள்ளிக்குக் குடி வந்தார்கள்.

2

நேற்று நடந்தது போல் தோன்றுகிறது. அப்போது திருச்சிராப் பள்ளியில் மாத்ருபூதம் ஸ்டோரில் நானும் என் பெற்றோர்களும் குடியிருந்தோம். நான் முதலாவது பாரத்தில் படித்துக் கொண்டிருந்தேன். ஸ்டோரில் எங்களுக்கு எதிர் வீடு சில நாளாகப் பூட்டிக் கிடந்தது. அன்றைக்கு யாரோ புதிதாகக் குடி வரப் போகிறார்கள் என்று கேள்விப்பட்டு ஆவலுடன் அவர்கள் வரவை எதிர்பார்த்திருந்தேன். ஒரு தாத்தா, ஒரு பாட்டி, ஒரு அம்மாமி, ஒரு பையன் - இவர்கள் பழைய தகரப் பெட்டிகளுடனும் மூட்டை முடிச்சுகளுடனும் வந்து சேர்ந்தார்கள். அந்தப் பையன் கையில் தங்கக் காப்புப் போட்டுக் கொண்டும், தலை பின்னிக் கொண்டும், குல்லா வைத்துக் கொண்டும் இருந்ததை நான் வியப்புடன் பார்த்துக் கொண்டு நின்றது நன்றாய் ஞாபகம் இருக்கிறது.

அந்தப் பையன் தான் கேதாரி. அவனுடன் முதல் தடவை பேசின உடனேயே எனக்குப் பிடித்துப் போயிற்று. பட்டிக்காட்டிலிருந்து வந்தவனாதலால் எதைப் பார்த்தாலும் அவனுக்கு ஆச்சரியமாயிருந்தது. குழாயிலிருந்து தண்ணீர் கொட்டுவதைக் கண்டு இடியிடியென்று சிரித்தான். காலையில் தாயுமான ஸ்வாமிக்குத் திருமஞ்சனம் கொண்டு வருவதற்காகப் போன யானையை அவன் பார்த்த பார்வையில் விழி பிதுங்கிவிடும் போல் இருந்தது. ஓயாமல் அது என்ன, இது என்ன என்று கேட்டுக் கொண்டேயிருப்பான். நானும் சலிக்காமல் பதில் சொல்லி வந்தேன்.

நான் படித்த அதே பள்ளிக்கூடத்தில் அதே வகுப்பில் கேதாரியைச் சேர்த்தார்கள். நாங்கள் இணைபிரியாத சிநேகிதர்கள் ஆனோம். நிஜத்தைச் சொல்லிவிடுகிறேனே; படிப்பிலே நான் கொஞ்சம் சுமார்தான். மற்றபடி விளையாட்டு, வம்பு முதலியவற்றில் நான்தான் முதல். அவனோ படிப்பில் முதல்; மற்றவற்றில் ரொம்ப சுமார். எல்லாப் பள்ளிக்கூடங்களிலும் இந்த மாதிரி படிப்பில் கெட்டிக்காரனாயுள்ள பையனைப் பரிகாசம் பண்ணி உபத்திரவப் படுத்துவதற்குச் சில போக்கிரிப் பையன்கள் இருப்பார்கள். ஆனால் எங்கள் பள்ளிக்கூடத்தில் எனக்குப் பயந்து கேதாரியின் வழிக்கு ஒருவரும் போவதில்லை.

அவர்கள் திருச்சிக்கு வந்து மூன்று வருஷத்துக்கெல்லாம், தாத்தா காலமானார். அதற்குள் அவர் கையிலிருந்த பணமும் அநேகமாகச் செலவழிந்து போயிற்று. கேதாரிக்கு உபகாரச் சம்பளம் கிடைத்திருந்தபடியால், பள்ளிக்கூடச் செலவு கிடையாது. ஊரில் விளைந்து வரும் நெல் சாப்பாட்டுக்குப் போதும். ஆனால் வீட்டு வாடகைக்கும் மேல் செலவுக்கும் என்ன செய்வது? அம்மாமியும் பாட்டியும் அப்பளம் இட்டு விற்க ஆரம்பித்தார்கள்.

அதென்னவோ, சில சமயம் முன்பின் தெரியாதவர்களிடம் கூட நமக்குப் பிரியம் ஏற்பட்டு விடுகிறது. அவர்களை முதன் முதல் நாம் பார்க்கும் வேளையைப் பொருத்ததோ என்னவோ தெரியவில்லை. பாகீரதி அம்மாமியிடம் என் சொந்தத் தாயாரைவிட அதிகப் பிரியம் எனக்கு ஏற்பட்டிருந்தது. அக்கம் பக்கத்தார்கள் அவளை 'வாழா வெட்டி' என்று அவமதிப்பாய்ப் பேசுவதுண்டு. இதெல்லாம் அவளிடம் எனக்கிருந்த அபிமானத்தை அதிகமேயாக்கிற்று. என் பள்ளிக்கூடத்துச் சிநேகிதர்களுக்கெல்லாம் சொல்லி, பாகீரதி அம்மாமியின் அப்பளங்களை நானே ஏராளமாய் விற்றுக் கொடுத்திருக்கிறேன்.

பாட்டியும் கொஞ்ச காலத்திற்குப் பிறகு இறந்து போய் விட்டாள். தாயும் பிள்ளையும் அதே வீட்டில் இருந்து வந்தார்கள். கேதாரி அவனுடைய தாயார், அவன் விஷயத்தில் பட்ட கஷ்டத்துக் கெல்லாம் பாத்திரமாய் நடந்து கொண்டான். ஒவ்வொரு வகுப்பிலும் பரீட்சையில் முதன்மையாகத் தேறி வந்து கடைசியில் பி.ஏ. பரீட்சையில் சென்னை இராஜதானியிலேயே முதலாவதாகத் தேறினான். அந்தச் சந்தோஷத்தில், நான் அவ்வருஷம் 'கோட்' அடித்த வெட்கத்தைக் கூட அதிகமாய் உணரவில்லை.

3

கேதாரி காலேஜ் வகுப்புக்குப் போனதிலிருந்தே பெண்ணைப் பெற்றவர்கள் அவனுடைய தாயாரைப் பிய்த்து எடுத்த வண்ண மாயிருந்தார்கள். அந்த நிலைமையில் வேறு யாராயிருந்தாலும் 'அப்பளம் இடும் தொல்லை ஒழிந்தது' என்று எண்ணி, ஏதாவது ஒரு பெண்ணைப் பிடித்துக் கேதாரியின் கழுத்தில் கட்டியிருப்பார்கள். ஆனால் பாகீரதி அம்மாமி, வாழ்க்கை என்னும் பள்ளிக்கூடத்தில் மிகவும் கடினமான பாடங்களைப் படித்து அறிவு பெற்றவள். 'பி.ஏ. முடிகிற வரையில் கல்யாணப் பேச்சே கூடாது' என்று பிடிவாதமாய்ச் சொல்லி வந்தாள்.

ஆகவே, இப்போது கேதாரி, பி.ஏ. தேறியதும் கலியாணத்தைப் பற்றி யோசிக்க வேண்டியதாயிற்று. மணிபுரம் பண்ணையார் என்று கேள்விப்பட்டிருக்கிறீர்களல்லவா? அவர் அப்போது எங்கள் காலேஜ் பழைய மாணாக்கர் சங்கத்தின் அக்கிராசனராயிருந்தார். ஒவ்வொரு வருஷமும், கேதாரி வகுப்பில் முதலாவதாகத் தேறி முதற்பரிசுகள் பெற்று வருவதைக் கவனித்திருந்தார். பையனுடைய முகவெட்டு, நடை உடை பாவனை எல்லாம் அவருக்குப் பிடித்திருந்தன. ஆகவே தம்முடைய பெண்ணை அவனுக்குக் கொடுப்பதென்று பேசத் தொடங்கினார். பையனைக் கேட்டதில் அம்மாவைக் கேட்க வேண்டுமென்று சொல்லிவிட்டான். பாகீரதி அம்மாமி இவ்வளவு பெரிய சம்பந்தம் கிடைக்கப் போகிறதை எண்ணி பிரமித்துப் போய்விட்டாள். ஆனாலும் காரியத்தில் கண்ணாயிருந்தாள். இன்னொரு ஸ்திரீயாயிருந்தால், 'ஐயாயிரம் வேணும்; பத்தாயிரம் வேணும்' என்று கேட்டிருப்பார்கள். பாகீரதி அம்மாமியோ, 'பணங்காசு ஒன்றும் வேண்டாம்; கலியாணம் சீர்வகையறா எல்லாம் உங்கள் இஷ்டம். பையனைச் சீமைக்கு அனுப்பி ஐ.ஸி.எஸ். படிக்க வைப்பதற்கு மட்டும் ஒப்புக் கொண்டால் போதும்' என்றாள்.

இந்த மாதிரி எண்ணம் அம்மாமிக்கு உண்டென்று எனக்கு முன்னாலேயே தெரியும். ஏனென்றால், ஐ.ஸி.எஸ்.ஸுக்குப் போவது பற்றிய விவரங்களையெல்லாம் ஒரு நாள் என்னை அவள் கேட்டது உண்டு. அக்கம் பக்கத்தில் எல்லாரும் அதிசயப்பட்டார்கள்; சிலர் அம்மாமியை வையக்கூட வைதார்கள். 'பார்! என்ன நெஞ்சழுத்தம் இவளுக்கு? ஒரு பிள்ளை; அதைச் சீமைக்கு அனுப்புகிறாளே?' என்றார்கள்.

பண்ணையார் நரசிம்மய்யர் வைதிகப்பற்று உள்ளவர். ஆகையால் முதலில் தயங்கினார். கடைசியில், பெரிய சாஸ்திரிகள், தீக்ஷிதர்கள் எல்லாருடனும் யோசித்து, 'சாஸ்திரங்களில் சமுத்திரப் பிரயாணத்துக்குப் பிராயச்சித்தம் இருக்கிறது' என்று உறுதிப்படுத்திக் கொண்டு சம்மதித்தார். எனக்கென்னவோ, 'ஒரு ஸ்திரீக்குள்ள மனோதிடம் நமக்கு வேண்டாமா?' என்ற எண்ணத்தினாலேதான் அவர் சம்மதித்தார் என்று தோன்றிற்று.

இதற்குப் பிறகுதான் கேதாரியைப் போய்ப் பெண்ணைப் பார்த்து விட்டு வரும்படி அம்மாமி சொன்னது. நானும் கூடப் போயிருந்தேன். கேதாரி தன் தாயிடம் வைத்திருந்த நம்பிக்கை எவ்வளவு நியாயமானது என்று விளங்கிற்று. கிளி என்றால் கிளி, பெண் அவ்வளவு அழகாயிருந்தாள். பதின்மூன்று, பதினாலு வயது இருக்கலாம்.

அந்தக் கதையையெல்லாம் இப்போது வளர்ப்பதில் பயன் என்ன? கல்யாணம் சிறப்பாக நடந்தது. அடுத்த வருஷம் கேதாரி இங்கிலாந்துக்குப் பிரயாணமானான். பம்பாய் வரையில் நான் சென்று கப்பல் ஏற்றிவிட்டு வந்தேன்.

பாகீரதி அம்மாமியைத் தங்கள் வீட்டிலேயே வைத்திருக்க வேண்டும் என்று மணிபுரத்தார் எவ்வளவோ வருந்தி அழைத்தார்கள். அம்மாமி கேட்கவில்லை. அவளுடைய சித்தி ஒருத்தி இரண்டு குழந்தைகளை அநாதையாய் விட்டு விட்டு, இறந்து போய்விட்டாள். அவர்களைக் கிராமத்திலிருந்து தருவித்துத் தனியாக ஒரு வீட்டில் ஜாகை ஏற்படுத்திக் கொண்டு அவர்களைப் பராமரித்து வந்தாள். ஆனால் சம்பந்திகளின் கௌரவத்தையும் மற்ற விஷயங்களையும் உத்தேசித்து அப்பளம் இட்டு விற்பதை மட்டும் நிறுத்தி விட்டாள்.

4

கேதாரி சீமைக்குப் போய் ஏழெட்டு மாதங்களுக்குப் பிறகு, மணிபுரம் மிராசுதார் வீட்டிலிருந்து ஆள் வந்து என்னைக் கூப்பிட்டான். அவ்வாறே போயிருந்தேன். நரசிம்மய்யர் ஒரு கடிதத்தை என்னிடம் கொடுத்துப் படிக்கச் சொன்னார். அது இரங்கூனிலிருந்து சுந்தரராமய்யர் என்பவரால் எழுதப்பட்டது. தம்முடைய புதல்வனுக்கு இவர்கள் பெண்ணைக் கொடுத் திருப்பதாக அறிந்து சந்தோஷப்படுவதாகவும், திருச்சியிலிருந்து சமீபத்தில் இரங்கூனுக்கு வந்து ஒருவர் மூலம் சகல விவரமும் தெரிந்து கொண்டதாகவும், தாம் இப்போது திரும்பவும் ஜன்மதேசம் வந்து எல்லாரையும் பார்க்க விரும்புகிற படியால் அதற்குப் பிரயாணச் செலவுக்காகப் பணம் அனுப்ப வேண்டுமென்றும் எழுதியிருந்தது.

'என்ன, சங்கரா! இது நிஜமாயிருக்குமா?' என்று நரசிம்மய்யர் கேட்டார்.

'நிஜமாயிருக்கலாமென்று தான் தோன்றுகிறது. எல்லாவற்றிற்கும் அம்மாமியைக் கேட்டுக் கொண்டு வருகிறேன்' என்று சொல்லிவிட்டுக் கடிதத்தை எடுத்துக் கொண்டு சென்றேன்.

அம்மாமியிடம் கடிதத்தைக் கொடுத்தேன். அவள் ஒருவேளை அழுது, கண்ணீர் விட்டுத் தடபுடல் செய்வாளோ என்று நான் பயந்ததெல்லாம் வீண் எண்ணம் என்று தெரிந்தது. தன்னுடைய ஏக புதல்வனைச் சீமைக்கு அனுப்பி வைக்கும்படி நெஞ்சைக்

கல்லாகச் செய்து கொண்டவள் அல்லவா? கடிதத்தைப் படித்து விட்டு 'இது அவருடைய கையெழுத்துத்தான்' என்றாள். பிறகு மௌனமாய் யோசனையில் ஆழ்ந்தவள்போல் இருந்தாள். இரண்டொரு தடவை பெருமூச்சு மட்டும் வந்தது. ஒரு துளி கண்ணீர் கூட வரவில்லை.

'அம்மாமி! நரசிம்மய்யர் பணம் அனுப்புவதாகச் சொல்கிறார்' என்றேன்.

அம்மாமி அவசரமாய் உள்ளே எழுந்து போய் பெட்டியிலிருந்த பண நோட்டுகளை எடுத்து வந்து என்னிடம் கொடுத்தாள். எண்பது ரூபாய் இருந்தது.

'சங்கரா! நான் அப்பளம் இட்டுச் சேர்த்த பணத்தில் மீதி இது. அவருக்கு என் பேரால் இதை அனுப்பு. இந்த வீட்டு விலாசம் கொடுத்து இங்கேயே நேரே வந்து சேரும்படி எழுது' என்றாள்.

அம்மாமியின் குரல் கொஞ்சம் கம்மியிருந்தது; அவ்வளவுதான். எனக்கோ கண்ணில் ஜலம் வந்தது.

மேல் சம்பவங்களைப் பற்றி நினைத்தாலே எனக்கு நெஞ்சு படபடவென்று அடித்துக் கொள்கிறது; கைகூட நடுங்குகிறது.

பத்து நாளைக்கெல்லாம் மணியார்டர் திரும்பி வந்துவிட்டது. மணியார்டரை எந்த விலாசத்துக்கு அனுப்பினோமோ, அந்த வீட்டிலிருந்து ஒருவர் மணியார்டர் வருவதற்கு முன் சுந்தரராமைய்யர் காலஞ்சென்று விட்டதாகவும், அநாதைப் பிரேத ஸம்ஸ்காரம் செய்யப் பட்டதாகவும் கடிதம் எழுதியிருந்தார்.

பதினெட்டு வருஷமாய்க் கண்ணால் பாராத புருஷனுக்காகப் பாகீரதி அம்மாள் துக்கம் காத்தாள். பத்தாம் நாள், பிராமண சாதியில் வழக்கமான அலங்கோலங்கள் அம்மாமிக்கும் செய்யப்பட்டது.

கேதாரிக்கு இதைப்பற்றி ஒன்றும் எழுதக்கூடாதென்றும், திரும்பி ஊருக்கு வந்த பிறகு தெரிவித்தால் போதுமென்றும், அம்மாமி கண்டிப்பாகச் சொல்லி விட்டாள்.

5

காலம் எப்படியோ சென்றது. நானும் மலையைக் கெல்லி எலியைப் பிடித்தது போல பி.ஏ. பாஸ் செய்து, நான் படித்த பள்ளிக்கூடத்திலேயே உபாத்தியாயர் ஆனேன். கேதாரி சீமையிலிருந்து திரும்பி வரும் காலம் சமீபித்தது.

எதிர்பார்த்தது போலவே அவன் மிகச் சிறப்புடன் ஐ.ஸி.எஸ். தேறினான். அவனுடைய தகப்பனாருடைய மரணத்தைப் பற்றியும், மற்ற விவரங்களைப் பற்றியும் அவனைத் திடுக்கிடச் செய்யாத விதத்தில் கடிதம் எழுதி, அது பம்பாயில் அவன் கையில் கிடைக்கும் படி அனுப்பி யிருந்தோம். ஆனால் அவனுக்கிருந்த அவசரத்தில், கப்பலிலிருந்து நேரே ரயிலுக்கு வந்து விட்டானாதலால், மேற்படி கடிதம் அவன் கையில் சேரவில்லையென்று பின்னால் தெரிய வந்தது.

அவன் வரும் விவரம் தந்தியில் தெரிவித்திருந்தானாதலால் வீட்டு வாசலில் தயாராய்க் காத்துக் கொண்டிருந்தேன். என் கழுத்தைக் கட்டியவண்ணமாய் இழுத்துக் கொண்டு அவசரமாய் உள்ளே போனான். தாழ்வாரத்தில் உட்கார்ந்திருந்த அம்மாமியின் மேல் அவன் பார்வை விழவில்லையோ, அல்லது விழுந்தும் அடையாளம் தெரிய வில்லையோ, நான் அறியேன். அவன் பாட்டுக்கு 'அம்மா! அம்மா!' என்று கூப்பிட்டுக் கொண்டு உள்ளே சென்றான்.

அம்மாமியின் கண்களில் கண்ணீர் வந்ததை முதன் முதலாக அப்போதுதான் நான் பார்த்தேன்.

'அடே கேதாரி! என்னடா இது? அம்மா இதோ இருக்கிறாள்; எங்கேயோ தேடிக் கொண்டு போகிறாயே!' என்றேன்.

கேதாரி திரும்பி வந்தான். வெள்ளைப்புடவை அணிந்து மொட்டைத் தலையை முக்காடால் மூடிக் கொண்டு உட்கார்ந்திருந்த பாகீரதி அம்மாமியை உற்றுப் பார்த்தான்.

'ஐயோ! அம்மா!...' என்று பயங்கரமாக ஒரு கூச்சல் போட்டு விட்டுத் தொப்பென்று கீழே உட்கார்ந்தான். தலையைக் கைகளால் பிடித்துக் கொண்டான்.

கேதாரிக்கு கடுமையான ஜுரம் அடித்துக் கொண்டிருந்தது. திருச்சிராப்பள்ளியில் அவனை வந்து பார்க்காத டாக்டர் இல்லை; அவனுக்குச் செய்யாத சிகிச்சை பாக்கி இல்லை. ஒன்றும் பயன்பட வில்லை. அவனுடைய உடம்பு கொதித்துக் கொண்டிருந் ததைப் போல் உள்ளமும் கொதித்துக் கொண்டிருந்தது. ஒரே நினைவு, ஒரே ஞாபகந்தான். நான் தனியாய் அவனுடன் இருக்க நேர்ந்து விட்டால் போதும்; உடனே ஆரம்பித்து விடுவான்.

"சங்கரா! அது என்ன சாஸ்திரமடா அது? அநாதையாய் விட்டுப் போய்ப் பதினெட்டு வருஷம் திரும்பிப் பாராமலிருந்த புருஷன் செத்தத்தற்காகத் தலையை மொட்டையடிக்கச் சொல்லும் சாஸ்திரம்! அதைக் கொண்டு வாடா, தீயில் போட்டுக் கொளுத்துவோம்!'' என்றான்.

'இதோ பார், சங்கர்! என் தாயார் ரொம்ப புத்திசாலி, இந்த முட்டாள்தனத்திற்கு ஒரு நாளும் உட்பட்டிருக்க மாட்டாள். எல்லாம் என்னால் வந்ததுதான். நான் பெரிய இடத்தில் - வைதிகக் குடுக்கைகளின் வீட்டில் - கலியாணம் செய்து கொண்டேன் அல்லவா? அவர்களுடைய ஏச்சுக்குப் பயந்துதான் அம்மா இதற்குச் சம்மதித்திருக்க வேண்டும்' என்றான்.

ஒரு நாள் வாசலில் இரண்டு கூலி வேலைக்காரர்கள் பேசிக் கொண்டு போனார்கள். ஒருவன், 'அண்ணே! இன்று காலை புறப்படும் போது ஒரு மொட்டைப் பாப்பாத்தி எதிரில் வந்தாள். அது தான் வேலை அகப்படவில்லை' என்று சொன்னது கேதாரியின் காதில் விழுந்துவிட்டது.

'சங்கர்! கேட்டாயா? என் தாயாரின் முகத்தில் விழித்தால் சகல பீடைகளும் நீங்குமென்று சொல்வார்களடா! இப்போது அவளும் அபசகுனந்தானே?' என்று புலம்பினான்.

எவ்வளவோ சமாதானம் சொல்லித் தேற்றினேன். ஆனாலும் அவன் அந்தப் பேச்சை மட்டும் விடுவதில்லை.

"இதைக் கேள், சங்கர்! உத்தியோகமும் ஆயிற்று. மண்ணும் ஆயிற்று. நான் மட்டும் பிழைத்து எழுந்தேயானால் ஒரே ஒரு காரியந்தான் செய்யப் போகிறேன். பிராமணப் ஸ்திரீகள், புருஷனை இழந்தால் தலையை மொட்டையடிக்கும் வழக்கத்தையொழிக்க ஒரு பெரிய கிளர்ச்சியை நடத்தப்போகிறேன். இந்தத் தனி கௌரவம் நம்முடைய சாதிக்கு மட்டும் வேண்டாம்'' என்றான்.

ஆனால் ஐ.ஸி.எஸ். வர்க்கத்தைச் சேர்ந்த ஒருவன் இந்த மாதிரி அற்பமான காரியங்களில் இறங்குவது யமதர்மனுக்கே விருப்பமில்லை போலிருக்கிறது. கேதாரி உடல் குணமடையாமலே, சீமையிலிருந்து வந்த இருபத்தோராம் நாள் காலஞ் சென்றான்.

★★★

தொகுப்பு: **கோ. எழில்முத்து**

இந்த பரிதாப வரலாற்றில் சொல்ல வேண்டியது இன்னும் ஒன்றே ஒன்று தான் பாக்கியிருக்கிறது. கேதாரியின் மாமனார் அவனுடைய புகைப்படம் ஒன்று இருந்தால் கொண்டு தரும்படி எனக்குச் சொல்லியிருந்தார். நானும் அவனும் சேர்ந்து எடுத்துக் கொண்ட படம் ஒன்று என்னிடம் இருந்தது. அதிலிருந்து அவனுடைய படத்தை மட்டும் தனியாக எடுக்கச் செய்து சட்டம் போட்டு எடுத்துக் கொண்டு போனேன். அப்போது அவர்களுடைய வீட்டில் தற்செயலாய்க் கேதாரியின் மனைவியைக் காண நேரிட்டது. அவளைப் பார்த்ததும் என் உடம்பு நடுங்கிற்று; மயிர் சிலிர்த்தது. அவளைக் 'கிளி' என்று சொன்னேனல்லவா? அந்தக் கிளிக்கு இப்போது தலையை மொட்டையடித்து முக்காடும் போட்டிருந்தார்கள்!

நட்சத்திரக் குழந்தைகள்

பி.எஸ். ராமையா

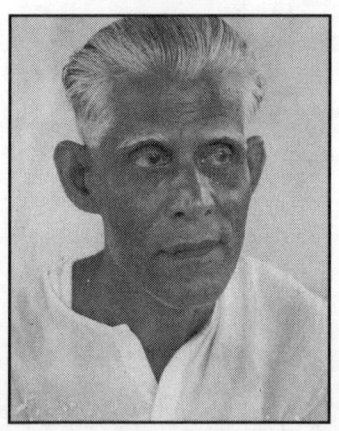

அறிமுகம்

மணிக்கொடி எழுத்தாளர்கள் வரிசையில் குறிப்பிடத் தக்க எழுத்தாளர் பி.எஸ். ராமையா. தேசியவாதியாக அரசியலில் ஈடுபட்டு, இலக்கியப் பணியும் புரிந்த முழு நேர எழுத்தாளர். அவரது கதைகள் பின்னாளில் தொடர்ந்து வாரந்தோறும் ஆனந்த விகடன் பத்திரிகையில் வெளிவந்தபோது லட்சக்கணக்கான வாசகப் பெரு மக்களையும் உருவாக்கி சாதனை புரிந்தன. கதைகள் மட்டுமல்லாமல் அக்காலத்தில் சினிமாத் துறையிலும் அவர் பணியாற்றினார்.

தொகுப்பு: கோ. எழில்முத்து

அவர் எழுதிய மல்லியம் மங்களம், பிரசிடன்ட் பஞ்சாட்சரம், தேரோட்டி மகன் போன்ற மேடை நாடகங்கள் இலக்கியத் தரத்துடன் மிளிர்ந்தன.

குழந்தைகளின் மன உலகத்தை விவரிக்கும் அருமையான பல சிறுகதைகள் தமிழில் வெளி வந்துள்ளன. அவற்றுக் கெல்லாம் முன்னோடியாக அமைந்த கதை பி.எஸ்.ராமையாவின் "நட்சத்திரக் குழந்தைகள்" எனலாம்.

சிறுகதை என்பது எவ்வளவு கவித்வமிக்கது!

- ஜெயகாந்தன்

"அப்பா நட்சத்திரங்களுக்குக் கூட அப்பா உண்டோ?"

"உண்டு அம்மா!"

"அவர் யார் அப்பா?"

"சுவாமி."

"சுவாமியா? அப்பா! அவர் கூட உன்னைப்போலத்தானே இருப்பார்? நட்சத்திரம் ரொம்ப அழகாயிருக்கே. அவர் அப்பா கூட அழகாத்தானே இருப்பார்?"

"ஆமாம் அம்மா! சுவாமியினுடைய அழகைப் போல வேறு யாருக்கும் அழகு இல்லை."

"சுவாமி கூட உன்னைப் போல நல்லவர்தானே?"

"ஆமாம்"

"ஆமாம். எனக்குக்கூடத் தெரியறது. சுவாமி ரொம்ப.... ரொம்ப நல்லவர். நட்சத்திரமே பளிச்சின்னு அவ்வளவு நன்னாயிருக்கே. அவா அப்பா எப்படி இருப்பார்!"

"அவர் ரொம்ப நல்லவர். நம்மையெல்லாம் விடப் பெரியவர்."

"அப்பா! நட்சத்திரம் எப்போ பிறக்கும்?"

"சாயங்காலத்தில்."

"எப்படியப்பா அது பிறக்கிறது?"

"நாம் சத்தியத்தையே பேசுவதால்; நாம் ஒவ்வொரு தடவையும் ஓர் உண்மையைச் சொல்லும்பொழுது ஒரு நட்சத்திரம் பிறக்கிறது."

"நான் கூட நிஜத்தையே சொன்னால் நட்சத்திரம் பிறக்குமா அப்பா."

"ஆமாம் அம்மா! நீ ஒவ்வொரு தடவையும் நிஜம் சொல்லும் பொழுது ஒரு நட்சத்திரம் பிறக்கிறது."

"அப்பா!"

"என்ன அம்மா!"

"நம்ம ஊரிலே அவ்வளவு பேரும் - குழந்தைகள் எல்லாம் - நிஜத்தையே பேசினா எவ்வளவு நட்சத்திரம் பிறக்கும்? நிறைய (இரண்டு கைகளையும் விரித்துக்காட்டி) இவ்வளவு நட்சத்திரம் பிறக்குமோல்லியோ?"

'ஆமாம் அம்மா!"

அதைக் கேட்டவுடன் குழந்தை ரோஹிணி வேறொன்றும் பேசாமல் ஆழ்ந்த சிந்தனையில் மூழ்கியவளாய்த் திரும்பிவிட்டாள். அவள் தனது முதிரா உள்ளத்தினுள்ளே சுவாமியைப் பற்றியும், அவருடைய நட்சத்திரக் குழந்தைகளின் அழகைப் பற்றியும் மனிதர்கள் யாவரும் சத்தியத்தையே பேசுவதைப் பற்றியும் கற்பனை செய்து காண முயன்றுகொண்டே வாசலுக்குச் சென்றாள்.

குழந்தை ரோஹிணிக்கு ஆறு வயதுதான் ஆகிறது. ஆனாலும் அவளுடைய வார்த்தைகள் யாவும் மணி மணியாக இருக்கும். முத்தும் பவளமும் கோத்த ஹாரம் போல இருக்கும் அவளது பேச்சு. அவளுடைய கேள்விகள் எல்லாம் தெய்வ உலகத்துக் கேள்விகள். அவளுடைய இளம் நெஞ்சில் உதிப்பவை சுவர்க்க உலகத்து எண்ணங்கள்.

ஸ்ரீமான் சோமசுந்தரம், பி.ஏ. வரையில் படித்திருக்கிறார். ஆனாலுங்கூடக் குழந்தை ரோஹிணியின் சில கேள்விகளுக்குப் பதில் சொல்லத் தெரியாமல் ஒவ்வொரு சமயம் திணறிப் போய் விடுவார்; "ஐயோ! இந்தக் குழந்தையின் மனத்தைக்கூட என்னால் திருப்தி செய்யக் கூடவில்லையே!" என்று ஏங்கி நிற்பார். ஆனால் ரோஹிணியைக் கண்டவுடன், ரோஹிணியைப் பற்றி நினைத்தவுடன், அவருடைய உள்ளத்திலெழும் கர்வம் ஒரு சக்கரவர்த்திக்குக்கூட இராது.

பட்டணத்தில் இருக்கும்பொழுது குழந்தை இயந்திர தேவதையின் குழந்தைகளைப் பற்றிப் புதிய புதிய கேள்விகளைக் கேட்பாள். கிராமத்திற்கு வந்தவுடன் அவளுடைய கேள்விகள் அதியாச்சரியமாக மாறிவிடும். இயற்கைத் தேவியின் சிறு விளையாட்டுகளின்

தொகுப்பு: கோ. எழில்முத்து

இடையே அவளுடைய உள்ளம் சென்று கலந்து கொள்ளும். அவளுடைய எண்ணங்கள் இயற்கை அன்னையுடன் இறக்கை விரித்துப் பறப்பவையாக இருக்கும்.

சோமசுந்தரம் அப்பொழுது தபால் ஆபிஸுக்குப் புறப்பட்டுக் கொண்டிருந்தார். தினந்தோறும் தபால்காரன் வருவதற்குள் அங்கேயே நேரில் போய் ஏதாவது கடிதம் உண்டாவென்று பார்த்து விட வேண்டும் என்ற ஆவலுடன் அவசரம் அவசரமாகப் போவார்; கடிதம் எதுவும் வராவிட்டாலும் தினசரிப் பத்திரிகையாவது வருமே என்று போவார். அவ்வாறு அவர் புறப்பட்டுக் கொண்டிருந்த பொழுதுதான் குழந்தை நட்சத்திரங்களைப் பற்றிக் கேட்டாள்.

அதற்கு மேல் ரோஹிணிக்கு அப்பொழுது தெரிந்துகொள்ள வேண்டிய விஷயம் வேறு ஒன்றும் இல்லை. நட்சத்திரங்களினுடைய அப்பாவைப் பற்றிக் கற்பனை செய்து கனவு காண்பதற்குத்தான் அவளுடைய சிறிய மனசில் இடம் இருந்தது.

சோமசுந்தரம் அதைப்பற்றிச் சிந்தித்துக்கொண்டே தபால் ஆபிஸுக்குச் சென்றார்.

மாலை நேரம் வந்தது. குழந்தை ரோஹிணி அப்பொழுதுதான் குளித்துவிட்டு அம்மா செய்துவிட்ட அலங்காரங்களுடன் வாசலில் வந்தாள். அவர்கள் வீட்டு வாசலில் இரண்டு பக்கங்களிலும் இரண்டு பாதா மரங்கள் உண்டு. அவற்றின் நடுவில் சென்று நின்றாள். சூரியன் அஸ்தமிக்கும் சமயம்; வானவீதியில் வெளியும் ஒளியும் மோனத்திலே கலந்து நகை செய்து கொண்டிருந்தன. குழந்தை ரோஹிணி மேற்றிசைக் கோடியில் நடந்து கொண்டிருந்த இந்திர ஜாலத்தைக் கண்டாள். அவளுடைய நிஷ்களங்க நெஞ்சத்தில் பரவசநிலை பிறந்தது.

ஆஹா! என்ன அழகு! அங்கு, அந்த வானவெளியிலே, "உமை கவிதை செய்து" கொண்டிருந்தாள். ரோஹிணியின் முகம் மலர்ந்தது. அங்கு ஒரு புதிய ஒளி தோன்றியது. அது வானவெளியில் தோன்றிய திவ்ய ஒளியின் பிரதி அல்ல. குழந்தையின் இருதய சந்திரனிலிருந்து வெளிப்பட்டு முகத்தில் வீசும் நிலவு! அவளுடைய கண்கள் சுடர் எரியும், இரண்டு மீன்களெனப் பிரகாசித்தன. காலையிலே அதிகாலையில், சூர்யோதய காலத்தில், தாமரையொன்று மலர்வதைக் கண்டிருக்கிறீர்களா? கொஞ்சமாகத் திறந்து அது தனது காதலனைக் கண்டு இளநகையாடுவதைப் பார்த்ததுண்டா? அந்தத் தாமரையைப் போல மலர்ந்து வியப்பின், சந்தோஷத்தின், இளநகை தவழ்ந்து ஆட ரோஹிணியின் சிறிய அழகிய வாய் சிறிது திறந்திருந்தது.

என் சிந்தையைக் கவர்ந்த நூல்கள் - ஜெயகாந்தன்

"அவள் யார்? வானத்திலே அப்படிப் படம் எழுதி விளையாடும் அந்த வானுலக ரோஹிணி எப்படி இருப்பாள்?"

குழந்தை ரோஹிணி பலகையில் சித்திரம் எழுதி விளையாடு வதுண்டு. முதலில் ஒரு படம் வரைவாள். "சீ! இது நன்றாயில்லை" என்று அதை அழித்துவிட்டு வேறு ஒன்றும் எழுதுவாள். அது நன்றாக இருக்கும். ஆனாலும் அதை கலைத்து விட்ட வேறு ஒன்று எழுதுவாள். அதையும் துடைத்துவிட்டுப் புதிய தினுசாக மற்றொன்று வரைவாள்.

வானத்து ரோஹிணியும் அவ்வாறே புதிய புதிய படங்களை எழுதுகிறாள். ஆனால் அவள் அழித்து அழித்து வரையவில்லை. மாற்றுகிறாள். எல்லாம் வர்ணப் படங்கள்! புதிய புதிய வர்ணங்கள். ஒன்றைப்போல் மற்றொன்று இல்லை. கணந்தோறும் நவநவமாய்க் களிப்புத் தோன்றுகிறது. அந்த வானுலக ரோஹிணிக்கு எவ்வளவு சந்தோஷமாக இருக்கும்? குழந்தை ரோஹிணிக்கும் சந்தோஷந்தான், வானுலக ரோஹிணியின் சந்தோஷத்தைப் பற்றி நினைப்பதில். சந்தியா தேவி நாணத்தினால் தலை குனிந்து கீழ்த்திசை அடிவானத்தினின்றும் மெல்ல அடி வைத்து வானவீதியிலே வந்து கொண்டிருக்கிறாள். அவளுடைய வருகை ஓர் இனிய சங்கீதத்தைப் போன்றிருக்கிறது. கல்யாணி ராகத்தின் அவரோகணம் போல. அவளுடைய சௌந்தர்யம் இனிமையானது; உள்ளம் கவர்வது. அது நாணத்தினால் ஆக்கப் பட்டது; நிமிர்ந்து பார்க்காது; ஆனாலும் மகிழ்ச்சி ஊட்டுவது. அவளுடைய நிறம் சப்தவர்ணங்களில் ஒன்றல்ல; அவற்றிற்குப் புறம்பானது; அதன் பெயர் மாலை; ஆதலால் அது மயக்கம் தருவது.

வர்ணப் படங்கள் எழுதுவது நின்று விட்டது. இனி வேறு வகையான சித்திரங்கள், வெள்ளை மேகத்தினால் ஆக்கப்படும் உருவங்கள். ஒளியையும் நிழலையும் கலந்து எழுதப்படும் ஓவியங்கள். அவற்றின் விளிம்புகளில் சுடர் கலந்த வெள்ளி முலாம் பூசப்பட்டிருக்கிறது. அவைகள் ஏன் இப்படி அங்கும் இங்கும் அலைந்துகொண்டே இருக்கின்றன. ஓரிடத்தில் இருந்தால் என்ன? ஆகாசத்திற்கு இந்த நீல வர்ணம் எப்படி வந்தது? பூமி ஒவ்வோரிடத்தில் ஒவ்வொரு வர்ணமாக இருக்கிறதே; வானம் மாத்திரம் ஏன் இப்படி ஒரே நீலமாக இருக்கிறது? நேர் மேலே இரண்டு மேக வடிவங்கள் மெதுவாக அசைந்து கொண்டிருக்கின்றன. இரண்டுக்கும் நடுவில் நீலவர்ணம் களங்கமற்றது; ரோஹிணியின் உள்ளத்தைப் போன்றது. அந்த இடத்திலே, அந்த இரண்டு வெண்மையான மேகக் கூட்டங்களின் இடையிலுள்ள நீலப் பட்டாடையிலே, திடீரென்று ஒரு சுடர்

தொகுப்பு: கோ. எழில்முத்து

தோன்றுகிறது! அடேயப்பா! அது எவ்வளவு துரிதமாகத் தோன்றி விட்டது! கண் இமைக்கும் நேரத்தைவிடச் சீக்கிரமாக; மின்வெட்டும் நேரத்தில், அது கூட அதிகம், ஒரு கணத்தின் ஆயிரத்தில் ஒரு பங்கு நேரத்தில் அந்தச் சுடர்ப்பொறி பிறந்துவிட்டது!

''அம்மா, சுவாமிக்கு ஒரு நட்சத்திரக் குழந்தை பிறந்து விட்டது!'' என்று கூவினாள் குழந்தை ரோஹிணி. கைகளைக் கொட்டுகிறாள். அவளது கண்கள் சிரிக்கின்றன. உள்ளம் களிவெறி கொள்கிறது.

அவளுடைய தாய், வீட்டு வாசற்படியின் அருகில் நிற்கிறாள். அவளது கவனம் வீதியில் போவோர் வருவோர்மீது சென்று லயித்திருக்கிறது. அதோ போகும் பெண்ணினுடைய ஆடையைப் பற்றிச் சிந்தித்துக் கொண்டிருக்கிறாள். குழந்தை ரோஹிணியின் வார்த்தைகள் அவளுடைய செவிகளில் படவில்லை. ஆனால் குழந்தையின் சந்தோஷம் மாத்திரம் அவளுடைய மனத்தில் சென்று தாக்கி அதை ரோஹிணியிடம் இழுத்துச் செல்லுகிறது. குழந்தையை அப்படியே விழுங்க விரும்புபவளைப் போலக் கரை புரண்டோடும் ஆசையுடன் அம்மாவின் கண்கள் குழந்தையைப் பார்க்கின்றன.

வானவெளியிலே இருள் பரவுகிறது. இருளும் அழகாகத்தான் இருக்கிறது. அதிலும் இனிமை இருக்கிறது; மாதாவின் சிநேகத்தைப் போன்ற இனிமை. ஒன்றன்பின் ஒன்றாக நட்சத்திரங்கள் பிறந்து கொண்டே இருக்கின்றன. அப்பா! எத்தனை நட்சத்திரங்கள்! குழந்தை ரோஹிணியால் அவற்றை எண்ண முடியவில்லை. அவை பிறக்கும் வேகந்தான் என்ன! அந்த வேகத்தைக் குழந்தையின் சிறிய மனம் தொடர்ந்து செல்வது சாத்தியமில்லை.

''வா கண்ணே! உள்ளே போகலாம். இருட்டிப் போய்விட்டது'' என்று அம்மா அழைக்கிறாள்.

''இரு அம்மா போகலாம். மானத்தைப் பாரு. எவ்வளவு அழகாயிருக்கு!'' என்று நிற்கச் சொல்லுகிறாள் குழந்தை.

''ஆமாம்; அழகாய்த்தான் இருக்கிறது. இருட்டிப் போய்விட்டதே. இனிமேல் இப்படி வாசலில் நிற்கக்கூடாது. வா அம்மா உள்ளே'' என்று மறுபடி அழைக்கிறாள் அம்மா.

''அம்மா!''

''உம்.''

''மானம் இப்போ எதைப்போலே இருக்கு. சொல்லட்டுமா?''

''சொல்லு.''

''உன் முகத்தைப்போலே, நீ என்னை முத்தமிடுகிறாயே, அப்போ உன் முகம் இந்த மானத்தைப் போலேயே இருக்கு.''

அம்மாவுக்கு அதன் பொருள் விளங்கவில்லை. அது சரியென்று தோன்றவில்லை. ஆனால் அந்த வார்த்தைகளில் இருக்கும் ஏதோ ஒன்று, ''அது வாஸ்தவந்தான்'' என்று சொல்லியது அவளுடைய மனத்தில்.

அம்மா சட்டென்று கீழிறங்கிச் சென்று குழந்தையை இழுத்துக் கட்டிலடங்காத காதலுடன் முத்தாடினாள். அம்மாவுக்கு வீட்டில் வேலை இருக்கிறது. மற்றொரு முறை, ''உள்ளே வாடா குஞ்சு'' என்று சொல்லிவிட்டு வீட்டினுள் சென்று விட்டாள்.

குழந்தை ரோஹிணி ''சீரவிருஞ்சுடர் மீனொரு வானத்துத் திங்களையும் சமைத்தே ஓரடியாக விழுங்கிடும் உள்ளச் செல்வம்'' படைத்து அப்படியே நின்றிருந்தாள்.

வெளியே சென்றிருந்த சோமசுந்தரம் வீட்டுக்குத் திரும்பி வந்தார். வாசலில் தனியாக வானத்தின் அழகில் லயித்து நின்ற ரோஹிணியைக் கண்டார்.

''ரோஹிணிக் குஞ்சு! என்ன அம்மா பார்க்கிறாய்? உள்ளே போகலாம் வா'' என்று அழைத்தார்.

குழந்தை, ''இரு அப்பா! அந்த மானம் எவ்வளவு அழகாயிருக்கு! அவ்வளவு குழந்தைகளையுடைய சுவாமிக்கு எவ்வளவு சந்தோஷம் இருக்கும்! அப்பா!'' என்றாள்.

அதற்குள் சோமசுந்தரத்தின் மனத்தில் வேறு ஏதோ சிந்தனை வந்துவிட்டது. குழந்தை சொல்லியது சரியாகக்கூட காதில் விழவில்லை. ''உம்'' என்று சொல்லி விட்டு வீட்டுக்குள் சென்றார்.

அடுத்த வினாடி ஒரு விண்மீன் நிலை தவறிச் சுடர் வீசிக் கொண்டு வானத்தினின்று கீழே விழுந்து மறைந்தது. அதன் பிரயாணம் சில வினாடிகளே கண்ணுக்குத் தெரிந்தது.

குழந்தையின் கண்களில் கண்ணீர் பெருகியது. இரண்டு கண்களினின்றும் இரண்டு நீர் வடிவமான முத்துக்கள் கீழே உதிர்ந்தன. அந்தச் சின்னஞ் சிறு இருதயத்தில் விவரிக்க இயலாத, சுருக்கென்று தைக்கும் ஒரு வேதனை காணுகின்றது. குழந்தை

விம்மி விம்மி அழத் தொடங்கினாள். அழுகையினிடையில் ''அப்பா!?'' என்று இரும்பை உருக்கும் குரலில் கூப்பிட்டுக் கொண்டே வீட்டினுள் சென்றாள்.

சோமசுந்தரம் அப்பொழுதுதான் ஒரு சாய்வு நாற்காலியில் அமர்ந்து அருகிலிருந்த மேஜை மீதிருந்து ஒரு புத்தகத்தைக் கையில் எடுத்தார். குழந்தையின் குரலைக் கேட்டவுடன் அவருடைய கையினின்றும் புத்தகம் 'தொப்'பென்று கீழே விழுந்தது. அவருடைய இருதயம் ஆயிரம் சுக்கல்களாகச் சிதறி விழுந்தது போல் இருந்தது. உடல் பதைத்தது.

''என்னடா கண்ணே! என் ராசாத்தி அல்லவா! என் ரோஹிணிக்குஞ்சை யார் என்ன செய்தார்கள்?'' என்று படபடப்புடன் கேட்டுக் கொண்டே குழந்தையை வாரித் தூக்கித் தோளின் மேல் சாத்திக் கொண்டார்.

''அப்பா! எனக்குத் தெரிஞ்சு போச்சு'' என்று விக்கல்களுக்கும் விம்மல்களுக்கும் இடையில் சொன்னாள் குழந்தை.

''என்னடா கண்ணே, தெரிஞ்சுபோச்சு?''

''அப்பா நம்ப ஊரிலே, யாரோ ஒரு பொய் சொல்லி விட்டார் அப்பா!''

விக்கல்கள், விம்மல்கள், ஹூங்காரத்துடன் ஒரு அழுகை.

''ஏன் அம்மா அப்படித் தோன்றுகிறது உனக்கு?''

''நீதானே அப்பா சொன்னே, நாம் ஒரு நிஜம் சொன்னால் ஒரு நட்சத்திரம் பிறக்கிறதுன்னு, அப்போ.... ஒரு நட்சத்திரம்... கீழே விழுந்தா..... யாரோ ஒரு பொய்.... சொல்லிட்டாங்கன்னு தானே... அர்த்தம்? சுவாமியினுடைய..... மனசு...... இப்போ.... எப்படி இருக்கும் அப்பா?.... எனக்கே.... நிறைய... அழ வரதே...'' என்று சொல்லிவிட்டு அழத் தொடங்கினாள் அந்தக் கபடமற்ற குழந்தை.

அந்தப் பச்சை உள்ளத்தில் எழுந்த துக்கத்தையும் அதன் துன்பத்தையும் நாவின் மொழிகளால் விவரிப்பது இயலாத காரியம். அது இருதயம் இருதயத்தினோடு தனது சொந்த பாஷையில் உணர்த்த வேண்டிய புனிதமான ஒரு துக்கம்.

கண்ணம்மா

விந்தன்

அறிமுகம்

'விந்தன்' என்ற பெயரில் பிரபலமாக விளங்கிய எழுத்தாளர் திரு. வி.கோவிந்தன் ஆரம்பத்தில் ஒரு அச்சுத் தொழிலாளியாக இருந்தவர்.

திரு.வி.க. அவர்களின் தேசபக்தன் அச்சகத்தில் ஒரு கம்பாசிடராக இருந்த காலத்தில் திரு.வி.க.வின் தமிழால், அதை அச்சுக்கோர்த்த அனுபவத்தால் தமிழ் இலக்கியம் பயின்றவர். பின்னர் கல்கி பத்திரிகையில் உதவி

தொகுப்பு: கோ. எழில்முத்து

ஆசிரியராகப் பணியாற்றினார். ஒரே உரிமை, முல்லைக் கொடியாள் ஆகிய சிறுகதைத் தொகுதிகளும் பாலும் பாவையும் என்ற நாவலும் மிகப் பிரசித்தமானவை.

'மனிதன்' என்ற தரமிக்க இலக்கிய இதழைச் சொந்தமாகத் தொடங்கி நடத்தியவர்.

அன்பு, கூண்டுக்கிளி, பார்த்திபன் கனவு ஆகிய திரைப் படங்களுக்கும் வசனம் எழுதியவர்.

தொழிலாளி வர்க்கத்திலிருந்து எழுத்தாளராக உயர்ந்த இவரது கதைகளில் ஏழை எளிய மனிதர்களும் சாமானிய மக்களும் அவர்களது வாழ்க்கைப் போராட்டங்களும் வெகு அருமையாகச் சித்திரிக்கப்பட்டுள்ளனர்.

அமரர் விந்தனின் நினைவாக 'கண்ணம்மா' இந்த இதழில் இடம் பெறுகிறது.

- ஜெயகாந்தன்

ஐப்பசி மாதம். அழுகைத் தூறல் தூறிக் கொண்டிருந்தது. சின்னத் தம்பிக் கவுண்டன் போர்வையை இழுத்துப் போர்த்திக் கொண்டு, தெருத்திண்ணையில் உட்கார்ந்துக் கொண்டிருந்தான். அப்பொழுது அவன் மனைவி சிங்காரம் இரண்டு கேழ்வரகு அடையை அவனுக்கு முன்னால் கொண்டு வந்து வைத்துவிட்டுச் சென்றாள். அந்தச் சமயத்தில், "என்னா அண்ணே!" என்று தன் வருகையைத் தெரிவித்துக் கொண்டே வந்தான் பெரியசாமி.

சின்னத்தம்பி ஒரு நிமிஷம் அவனை உற்றுப் பார்த்துவிட்டு, "யார் அது? பெரிய சாமியா? வாடா அப்பா; வா" என்று வரவேற்றான்.

பெரியசாமி தனக்குப் பக்கத்தில் வந்து உட்கார்ந்ததும் "அடியே சிங்காரம்!" என்று தன் மனைவியைக் கூப்பிட்டான் சின்னத்தம்பி.

சிங்காரம் வெளியே வந்தாள். அவளைப் பார்த்ததும், "பெரியசாமி வந்திருக்கான், பார்!" என்றான் சின்னத்தம்பி.

உடனே சின்னத்தம்பியின் குறிப்பை அறிந்து கொண்டவள் போல் சிங்காரம் உள்ளே சென்று இரண்டு கேழ்வரகு அடையைக் கொண்டுவந்து பெரியசாமியின் எதிரே வைத்தாள்.

இருவரும் அவற்றைத் தீர்த்துக் கட்டிய பிறகு, "என்னா அண்ணே, பையன் பழனியப்பன் தலைக்கு மேலே ஆயிட்டான். இன்னம் பேசாமெ இருக்கயே! உன்னுடைய மூச்சு இருக்கும்போதே அவனுக்கு ஒரு கல்யாணத்தைப் பண்ணிட்டா, கவலை விட்டது" என்றான் பெரியசாமி.

"அதுதாந் நானும் யோசிச்சுக்கிட்டு இருக்கேன். இந்தத் தை மாசத்திலே அவனுக்கு எப்படியாவது ஒரு முடி போட்டு விட்டுடணும்."

"ஆமாம், பொண்ணு எங்கே?"

"அதுதான் இன்னும் தெரியலே. இனிமேத்தான் எங்கேயாச்சும் பாத்துப் பிடிக்கணும்."

"அதைப் பத்தி உனக்கு ஒண்ணும் கவலை வேணாம் அண்ணே. நம்ம கண்ணமங்கத்திலே கறுப்பண்ணக் கவுண்டன்னு ஒருத்தன் இருக்கான். சாதியைப் பத்தி ஒண்ணும் குறை சொல்லிக்கிறதுக்கு இல்லை. அவனுக்கு ஒரு பொண் ராசாத்தி யாட்டமா இருக்கா. பேரு கண்ணம்மா. நாம் போய்க் கேட்டா, இல்லேன்னு சொல்லமாட்டான். பத்து ரூவாயிலே ஒரு பட்டுப் புடவையும், ஒரு சவரனிலே ரெண்டு கட்டைக் காப்பும் செய்து பரியமா வச்சிட்டா, அந்தப் பெண்ணைத் தட்டிக்கிட்டு வந்திடலாம்."

"நல்ல யோசனைதான். இன்னும் நாலு நாள் போகட்டும். அதுக்குள்ளே இந்த மழையும் விட்டுவிடும். நல்ல நாளாய்ப் பாத்து நாம் போய்ப் பாத்துக்கிட்டு வரலாம்" என்றான் சின்னத்தம்பி.

"சரி நான் போயிட்டு வரேன், அண்ணே" என்று திண்ணையை விட்டு எழுந்து நடந்தான் பெரியசாமி.

காவடிப்பேட்டையில் பிரசித்தி பெற்ற 'பிரபு'க்களில் சின்னத் தம்பியும் ஒருவன். ஆகவே, அவனுக்குக் கண்ண மங்கலத்திலும் கொஞ்சம் நிலம் இருந்தது. அதன் காரணமாகப் பழனியப்பன் அங்கு அடிக்கடி சென்று வருவான். அப்படிப் போகும் போதெல்லாம் அவன் கண்ணம்மாவைப் பார்க்காமல் காவடிப் பேட்டைக்குத் திரும்புவதில்லை. அவளுடைய கள்ளங்கபடமற்ற காந்த சிரிப்பிலே அவன் அவ்வளவு தூரம் சொக்கிப் போயிருந்தான்.

இதைப் பற்றித் தானே தன் தந்தையிடம் நேரில் சொல்வதை விட, பெரியசாமியின் மூலமாகச் சொன்னால் நன்றாயிருக்குமென்று அவன் நினைத்தான். இதன் பயனாகத்தான் பெரியசாமி சின்னத்தம்பியிடம் தூது வந்தான்.

2

நாலு நாட்களுக்குப் பிறகு, ஒரு நாள் நல்ல நாளாயிருந்தது. அன்று சின்னத்தம்பியும் சிங்காரமும் பெண்ணைப் பார்த்துவிட்டு வருவதற்காகக் கண்ணமங்கலத்திற்குக் கிளம்புவதென்று முடிவு செய்தனர். பெரியசாமியின் வீட்டுக்கு ஆள் போயிற்று. அவன் பெண்ணைப் பார்ப்பதற்கென்றே பெரிய தலைப்பாகையாகக் கட்டிப் போட்டுக்கொண்டு ஓடோடியும் வந்தான். அவனைப் பார்த்து விட்டுச் சின்னத்தம்பியும் ஒரு வெள்ளைக் கந்தையை எடுத்துப் பெரிய தலைப்பாகையாகக் கட்டிப் போட்டுக் கொண்டான். வெற்றிலைப் பையில் கட்டியிருந்த சலங்கைகள் சரியாகச் சத்தமிடுகின்றனவா என்று ஒருமுறை ஆட்டிப் பார்த்துவிட்டு அவை வெளியே தெரியும்படி இடுப்பில் செருகிக் கொண்டான்.

சிங்காரமும் இடி மயிரை உள்ளே வைத்துப் பெரிய கொண்டையாகப் போட்டுக் கொண்டாள். அதற்குமேல் தோட்டத்தில் இருந்த மருக்கொழுந்தில் சிறிது கிள்ளி, தெரிந்ததும் தெரியாததுமாகத் தலையில் வைத்துக் கொண்டாள். ஒரே மஞ்சள் மயமாயிருந்த முகத்தில் ஒரு காலணா அளவு குங்குமப்பொட்டை வைத்துக் கொண்டு, "நன்றாயிருக்கிறதா?" என்று பக்கத்து வீட்டுக்காரியைக் கேட்டுத் தெரிந்து கொண்டாள்.

பழனியப்பன் பெண்ணைப் பார்க்க வேண்டிய அவசியம் இல்லை என்று சின்னத்தம்பி நினைத்தான். ஆகவே, அவனை யாரும் கண்ணமங்கலத்திற்குக் கூப்பிடவில்லை. அதைப் பற்றி அவனும் கவலைப்படவில்லை. ஏனெனில், அவன் எத்தனையோ முறை பார்த்தவள்தானே அந்தக் கண்ணம்மா?

எல்லோரும் சென்று வண்டியில் ஏறிக் கொண்டார்கள். மணிக்கு ஒரு மைல் வேகத்தில் அந்த மாட்டு வண்டி காற்றாய்ப் பறந்தது. அன்று நடுப் பகல் எல்லோரும் கறுப்பண்ணன் வீட்டை அடைந்தனர்.

சின்னத்தம்பி வண்டியை விட்டு இறங்கிய சமயம் கண்ணம்மா வாசலில் நின்றுகொண்டு பிணைகட்டி அடித்து வைத்திருந்த கேழ்வரகைக் கூளம் போகத் தூற்றிக் கொண்டிருந்தாள். அப்பொழுது வீசிய காற்று, சின்னத்தம்பியின் பக்கமாக வீசவே, அந்தக் கூளமெல்லாம் அவனுடைய கண்களில் படிந்தது. ஆகவே அவன், "அது யாரு பிள்ள! பார்த்துத் தூத்தக் கூடாதா?" என்றான்.

"எல்லாம் பார்த்துத்தான் தூத்தறேன். காத்து அந்தப் பக்கம் அடிக்குது. அதுக்குக்கூட நான் என்னா பண்றது?" என்றாள் கண்ணம்மா.

"அது யாருக்கு அத்தனை வாய்?" என்று கேட்டுக்கொண்டே வண்டியை விட்டுக் கீழே இறங்கினாள் சிங்காரம்.

இந்தச் சமயத்தில் "அந்தப் பிள்ளைதான் கண்ணம்மா!" என்று அறிமுகப்படுத்தி வைத்தான் பெரியசாமி.

"இந்தப் பிள்ளைதானா அந்தக் கண்ணம்மா? சரி, பெரியசாமி! நான் போயிட்டு வாரேன், பெண்ணைப் பாத்தாச்சு!" என்று சொல்லி விட்டு, உடனே வண்டியில் ஏறிக் கொண்டான் சின்னத்தம்பி.

"நல்ல பெண்ணைப் பார்க்க வந்தோம்!" என்று சொல்லிக் கொண்டே சிங்காரமும் அவனுடன் வண்டியில் ஏறிக் கொண்டாள்.

வண்டி நகர்ந்தது. பெரியசாமி மட்டும் அவர்களுடன் வண்டியில் ஏறிக்கொள்ளவில்லை. அவனும் கறுப்பண்ணக் கவுண்டனும் அந்த வண்டியை விழித்துப் பார்த்துக் கொண்டே தங்களை மறந்து நின்றனர்.

கண்ணம்மா ஒன்றும் புரியாதவளாய்த் திருதிருவென்று விழித்தாள். ஏனெனில், அதுவரையில் அவளுக்குத் தன்னைப் பார்க்க வருபவர்களைப் பற்றி ஒன்றுமே தெரியாது. தனக்குக் கல்யாணம் செய்து வைக்கக் கறுப்பண்ணன் இருக்கும்போது, அதைப்பற்றி அவளுக்கு என்ன தெரிய வேண்டியிருக்கிறது?

3

இந்தச் சம்பவம் நடந்து இரண்டு வருஷங்கள் ஆகிவிட்டன. அதுவரையில் சின்னத்தம்பிக்கும் சிங்காரத்திற்கும் எந்தப் பெண்ணும் பிடிக்கவில்லை. பெண்களைப் பார்த்துப் பார்த்தோ என்னவோ, கொஞ்சநஞ்சம் தெரிந்து கொண்டு இருந்த அவர்களுடைய கண்கள் கொஞ்சங்கூடத் தெரியாமல் மங்கிப் போய்விட்டன.

ஆனால் பழனியப்பன் மட்டும் ஊரில் தனக்கென்று ஒரு பெண்ணும் கிடைக்காமல் போகட்டும் என்று பகவானைப் பிரார்த்தனை செய்து கொண்டிருந்தான். அவனுடைய கவனமெல்லாம் கண்ணம்மாவின் மேல் இருந்தது.

ஒரு நாள் சின்னத்தம்பியும் சிங்காரமும் குளிருக்காக இளம் வெயிலில் உட்கார்ந்து கொண்டிருந்தார்கள். அப்பொழுது, "இந்த

வெயில் குளிருக்கு எதுவாய்த்தான் இருக்கும். சாயங்காலமானால் காய்ச்சல் வந்துவிடும்" என்று எச்சரித்துக் கொண்டு பெரியசாமி அங்கே வந்தான்.

"யாருடாப்பா அது? பெரியசாமிபோல் இருக்குது!" என்றான் சின்னத்தம்பி.

"எனக்கும் அப்படித்தான் தோணுது" என்றாள் சிங்காரம்.

"பெரியசாமிதான்; அண்ணே, பையன் எங்கே போயிருக்கிறான்?"

"உள்ளேதான் இருக்கிறான். அவன்தான் இப்போ எங்களுக்குக் கஞ்சி காச்சி ஊத்தறது".

"அவனுக்கு அப்பவே அந்தக் கண்ணம்மாவைப் புடிச்சுக் கட்டியிருந்தா, இந்தத் தள்ளாத காலத்திலே உங்களுக்கு எவ்வளவு சௌக்கியமாயிருக்கும்? என்னமோ, அந்தப் பொண்ணு விளையாட்டுக்காகச் சொன்னதுக்கு, நீங்க கோவிச்சிக்கிட்டு வந்துட்டீங்க."

"அந்த வாயாடிப் பெண் போனாப் போகட்டும். இப்போ வேற எங்கேயாச்சும் பெண் இருந்தால் சொல்லேன். இந்த மாசத்திலேயே கல்யாணத்தை முடிச்சிடுவோம்."

"ஊரிலே பொண்ணா இல்லை? ஆடிக்குப்பத்திலே, அழகான பொண் இருக்குது. அந்தப் பொண்ணின் பெயரும் கண்ணம்மாதான். செக்கச் செவேல்னு ராசாத்தியாட்டமாத்தான் இருக்குது. ஆனால், ஆத்தா அப்பன் இல்லை. அத்தையின் வீட்டிலே வளர்ந்தது. கட்டிப் போட்டா நம்ம கால் மாட்டிலேயே விழுந்து கெடக்கும்."

"சரி, அதைப் பாத்து முடிச்சுடேன்."

"நான் பாத்தாச்சு. நீங்கதான் வந்து பாக்கணும்."

"நாங்க என்னாத்தை இனிமே பாக்கப் போகிறோம்? கண்ணும் தெரியலை. ஒண்ணும் தெரியலை. பையனை வேணும்னாக் கூட்டிக் கிட்டுப் போய்க் காட்டு. அவன்தானே அவளைக் காலம் முழுதும் கட்டிக்கிட்டு அழப்போறவன்? எங்களுக்கு என்ன? காடு வாவான்னுது; வீடு போபோன்னுது!"

தம்பதிகளின் இந்த எதிர்பாராத மாறுதலைப் பார்க்கப் பெரியசாமிக்கு ஆச்சரியமாயிருந்தது. ஆனாலும் அவன் அதை வெளியே காட்டிக்கொள்ளவில்லை.

என் சிந்தையைக் கவர்ந்த நூல்கள் – ஜெயகாந்தன்

"ஆமாம், இனிமேல் எல்லாம் அவன்தானே? இருந்தாலும் நீங்களுந்தான் பொண்ணைப் பார்க்க வரவேணும். தலை இருக்க வால் ஆடலாமா?" என்று பெருந்தன்மையோடு சொல்லி வைத்தான் பெரியசாமி.

"அதுவும் நியாயந்தான். அப்படியே எல்லோரும் போய் வந்தால் போச்சு" என்றான் சின்னத்தம்பி.

4

நல்ல நாளாகப் பார்த்துப் பழனியப்பனையும், அவனுடைய பெற்றோரையும் கூட்டிக்கொண்டு ஆடிக்குப்பத்திற்குச் சென்றான் பெரியசாமி. பெண் வீட்டார், வந்தவர்களைத் தக்க உபசாரத்துடன் வரவேற்றார்கள். சின்னத்தம்பியையும் சிங்காரத்தையும் ஒரு பெரிய பாயைப் போட்டு உட்கார வைத்தார்கள். கல்யாணப் பெண் வந்து காலைத் தொட்டு நமஸ்கரித்ததும் அவர்களுடைய உச்சி குளிர்ந்து விட்டது.

"அப்பா பழனியப்பா, பெண்ணைப் புடிக்கிறதா?" என்றான் சின்னத்தம்பி தன் மகனைக் கூப்பிட்டு.

"உனக்குப் பிடித்தால் எனக்குப் பிடித்த மாதிரிதான் அப்பா" என்று சமர்த்தாகப் பதில் சொன்னான் பழனியப்பன்.

"ஊம்! எனக்கு என்ன தெரியுது? ஆனால் பொண் ரொம்ப மரியாதை உள்ளவளா இருக்கா."

"அதுதானே வேணும் நமக்கு?" என்றாள் சிங்காரம்.

"அப்படியானா, கையோடு கையா இப்பவே ஐயரைக் கூப்பிட்டு வந்து கல்யாணத்துக்கு நாளைக் குறிச்சுடலாமா?" என்றான் பெரியசாமி.

"செய்யப்பா, செய்!" என்றான் சின்னத்தம்பி.

உடனே அக்கிரகாரத்துக்கு ஆள் ஓடிற்று. ஐயர் வந்தார். நாளைக் குறித்தார். பரியம் பேசி முடித்தனர். பாக்கு வெற்றிலையும் வழங்கினர்.

கல்யாணம் காவடிப்பேட்டையில் தான் நடந்தது. முதல் நாள் சந்திப்பின்போது, "உனக்கு என்னைக் கல்யாணம் பண்ணி வைப்பதற்காக எனக்குத் தாய் தகப்பனே இல்லைன்னு அந்தப் பெரியசாமி பொய் சொல்றதா?" என்றாள் கண்ணம்மா.

தொகுப்பு: கோ. எழில்முத்து

"ஒரே ஒரு பொய்தானே சொன்னான்? ஆயிரம் பொய் சொல்ல வில்லையே!"

"ஆமாம், நான் கண்ணமங்கலத்துக் கண்ணம்மாதான்னு தெரிஞ்சா, உங்க அப்பாவும் அம்மாவும் என்னா பண்ணுவாங்க?" என்று கேட்டாள் கண்ணம்மா.

"இனிமே நம்மை ஆருதான் என்னா பண்றது, ராசாத்தி?" என்றான் பழனியப்பன்.

அப்பொழுது கண்ணம்மாவின் முகத்தில் தோன்றிய சுந்தரப் புன்னகையிலே, சுவர்க்கத்தின் சுகத்தைக் கண்டான் பழனியப்பன்.

தீர்ப்பு

அ.வெ.ரா. கிருஷ்ணஸ்வாமி

அறிமுகம்

திரு. அ.வெ.ரா. கிருஷ்ணஸ்வாமி ரெட்டியார் அவர்கள் திருச்சி தமிழ் எழுத்தாளர் சங்கத் தலைவராய் இருந்தவர். பாரதி வழிவந்த இலக்கியவாதி. இலக்கியச் சொற்பொழிவாளர். இலக்கிய விமர்சகர். சுமார் ஐம்பது ஆண்டுகளுக்கு முன் எழுதப்பட்ட சிறுகதை இது.

- ஜெயகாந்தன்

''அவன் கொலையாளிதான்'' என்று நீதிபதி தீர்ப்புக் கூறிவிட்டார்.

ஜூரர்களின் ஏகமனசான முடிவும் அதுவே. அவனுக்கும் அது தெரிந்ததுதான். ஆனால் அவன் அறிவு அதை ஒப்புக்கொள்ள மறுக்கிறது. நீதிபதிக்கும் தனக்கும் வித்தியாசம் இல்லை என்று வாதமிடுகிறது. 'என்னைக் கொன்றுவிட வேண்டும் என்ற க்ஷாத்திரம் நீதிபதிக்கு இல்லை. எனக்கும் அப்படித்தான். வீரனை வேண்டும் என்றா கொன்றேன்? அவன்மீது எனக்குப் பகையோ, கோபமோ இல்லை. அவன் செய்த குற்றத்துக்குத் தண்டனை அது என்பதுதான் எனது தீர்ப்பு.' ஆனால் அதை யார் கேட்கிறார்கள்?

நீண்ட பெருமூச்சு எறிந்தான் சின்னாண்டவன். அவன் கொலைகாரன்! அது எப்படி நேர்ந்தது என்றாலோ...

சின்னாண்டவனின் மாமனான வீரன் வம்புக்காரன், முரடன். அவன் சும்மா இருந்தாலும் அவனுடைய வாயும் கையும் சும்மா இருப்பதில்லை. தினம் யார் காட்டிலாவது மாடு மேய்த்து விடுவான். கதிரைக் கசக்குவான். புல் அறுத்துவிடுவான். சொந்தக்காரர் கண்டு கேட்டால், சண்டை பிரமாதமாக எழும். அதற்குப் பயந்து அவர்களும் கண்டாலும் காணாதவர்கள் போலப் போய்விடுவார்கள்.

அவன் மாத்திரம் அல்ல. அவன் குடும்பமே அப்படித்தான். ஊரார் அவர்களைக் கண்டாலே அச்சம் கொள்வார்கள். அந்தக் குடும்பத்துக்குச் சர்க்கார் தண்டனை புதிதல்ல. அடி, உதைபடுவது சகஜம். வீரன் மகள் கறுப்பாயியைத்தான் சின்னாண்டவன் கல்யாணம் செய்துகொண்டான்.

சின்னான் தூரத்து ஊர்க்காரன். வீரன் குடும்ப விஷயம் ஒன்றும் அவனுக்குத் தெரியாது. கல்யாணமான சிறிது காலத்திற்குப் பிறகு எல்லாம் அவன் காதில் பட்டன. தன்னைக் கண்டால் மற்றவர்கள் விலகிப் போவதும், ஜாடைமாடையாகப் பேசுவதும் தெரிந்தன. மனம் நொந்தான்.

அந்த ஊர்க்காரர்கள் வீரனிடம் வாய்ப்பேச்சுக்கூட வைத்துக் கொள்வதில்லை. அந்த ஊரில் பெரும்பான்மையான குடும்பங்கள் அவன் பந்துக்களே. கிராம நாட்டாண்மை, மணியம் முதலிய பதவிகளை வகித்தவர்களும் அவர்களே. அவர்களை வீரன் மதிப்பதே இல்லை. கட்டுப்பாட்டுக்கு அடங்காத முரட்டுக் காளை அவன். அதனால் ஊர்க்காரர்கள் அவனைக் கிராமப் பிரஷ்டம் செய்திருந்தார்கள்.

வீரன் குடும்ப இயல்புக்கே விலக்கானவள் கறுப்பாயி. தாய் தந்தையரின் போக்கு அவளுக்குக் கொஞ்சங்கூடப் பிடிக்காது. அவள் தாய் வீட்டுக்கு வந்திருந்தாள். அவளை அழைத்துச் செல்வ தற்காகத்தான் சின்னாண்டவன் மாமனார் வீட்டுக்கு வந்தான்.

அவனுக்கு அந்த ஊரில் இருப்புக் கொள்ளவே இல்லை. அவன் எந்த வீட்டில் போய் உட்கார்ந்தாலும், "இங்கு வராதே அப்பா. உன் மாமியார் கண்டால் பிடி பிடி என்று சண்டைக்கு வந்து விடுவாள். சண்டை பிடிக்க எங்களால் ஆகாது" என்று சொல்லி அவனை அனுப்பி விடுவார்கள்.

வழியில் எவரிடமாவது பேச்சுக் கொடுத்தால், "அதோ உன் மாமன் வருகிறான். நான் ஏதாவது சொல்லிக் கொடுத்து விட்டேன் என்று வீண் வம்பிழுப்பான். நான் வருகிறேன்" என்று போய் விடுவார்கள்.

அவன் மனம் வேதனையுற்றது. நல்ல மனிதர் முகத்திலே விழிக்க அவன் அஞ்சினான். ஊருக்குப் புறப்படக் கறுப்பாயியைத் தூண்டினான். ஆனால் அவள் தந்தை, "நீ வேண்டுமானால் போ. என் மகள் இப்பொழுது வரமாட்டாள்" என்று அதட்டிவிட்டான். வீரன் கோபத்துக்கு அஞ்சிக் கறுப்பாயி ஒன்றும் பேசவில்லை.

சில நாட்கள் சென்றன. சின்னாண்டவன் மானம் தினம் பறிபோயிற்று. தீர்மானமாகக் கிளம்பிவிட்டான் ஊருக்கு. வீரன் தன் பாடத்தைத்தான் படித்தான். கறுப்பாயி கணவனுடன் போக வேண்டும் என்று பிடிவாதம் பிடிக்கவே மறுக்க முடியாமல் போயிற்று.

சாப்பாட்டுக்குப் பிறகு பிரயாணப்படுவதாகத் திட்டம். வேலை மும்முரமாக நடந்து கொண்டிருந்தது. வீரன் பனங்காய் நறுக்கக் கைக்கொடுவாளை தீட்டிக் கொண்டிருந்தான்.

திடீரென்று தெருவில் பெரிய சப்தம் எழுந்தது. வீரன் மகன் ஒரு சிறு பாத்திரத்துடன் வீட்டுக்குள் ஓடி வந்தான். அவனைத் துரத்தி வந்த பெண் தன் பாத்திரத்தை வாங்கித் தரும்படி வீரனிடம் முறையிட்டாள். அவள் வீண் பழி சுமத்துவதாக அவன் கோபித்தான். அவள் எவ்வளவு சொல்லியும் கேட்கவில்லை. தன்னை அவதூறு செய்தால் வீண் கஷ்டம் விளையும் என்று வீரன் உறுமினான்.

சண்டை பிடிப்பதற்காக, கையில் இருந்த அரிவாளைக் கீழே போட்டு விட்டு, தெருவில் நின்ற வண்டியில் வந்து அமர்ந்தான். கூச்சலைக் கேட்டுக் கும்பல் கூடிவிட்டது. வீண் சண்டை பிடிப்பதைக் கண்டு சின்னாண்டவன் மனம் நொந்தான்; பாத்திரத்தை அவளிடம் திரும்பக் கொடுத்துவிடும்படி சொன்னான். வீரனுக்கு அடக்க முடியாத கோபம். "போடா உள்ளே; வாயை மூடிக்கொண்டு" என உறுமினான்.

சின்னான் அஞ்சவில்லை. "ஏன் வீண் வம்பு? திருட்டுத் தொழில் நமக்கு எதுக்கு? சின்னப்பயல் தெரியாத்தனமாக அதை எடுத்து வந்தால், அவனைக் கண்டிப்பதல்லவா நியாயம்? அதை விட்டு ஊர் சிரிக்கும்படி வேலை செய்தால்?" என்றான்.

"சீ கழுதை! நீ யாருடா எனக்குப் போதிக்க? கொடுவாளை எடுத்தால் பலாக்கா கொத்தறாப்பலே கொத்திப் போடுவேன். யாருன்னு நெனச்சே?"

தொகுப்பு: கோ. எழில்முத்து

வீரனின் வார்த்தைகளைக் கேட்ட சின்னான் ஒரு கணம் திகைத்துவிட்டான். உண்மையையும் நியாயத்தையும் சொன்னதற் காகவா இவ்வளவு சீற்றம்? மீண்டும் பேசினான்: "என்ன மாமா, நான் என்ன சொல்லி விட்டேன்? நியாயத்தை..."

"நீ மகா பெரியவன்! நியாயத்தைக் கண்டு விட்டானாம் நியாயத்தை!" என்று கர்ஜித்துப் பாய்ந்தான் வீரன். சின்னான் அதற்குள் அரிவாளைத் தன் கையில் எடுத்துக் கொண்டான்.

வீரன், "வாளைக் கொடுடா இங்கே. முதலில் உன்னைப் பைசல் பண்ணுகிறேன். எனக்குப் போதிக்கவா பார்க்கிறே? அப்புறம் அந்தச் சிறுக்கியையும் தீர்த்து விடுகிறேன். என் மவன் கள்ளப் பயலா? ஊம், எங்கே?" என்று முன் வந்தான்.

வெறி கொண்ட வேங்கை போலச் சிலிர்த்து நின்ற அவன் எதுவும் செய்யத் தயங்கமாட்டான் என்பதைத் தீக்கங்கு போன்ற அவன் கண்களும் துடிக்கும் மீசையும் காட்டின. சின்னான் மனத்தில் சலனம் ஏற்பட்டது.

"இப்படி இவனை விட்டு வைப்பானேன்? மனிதனைக் கொல்லும் நச்சுப் பாம்பை நாம் கொல்லுகிறோம். புலியையும், வெறி நாயையும் சுட்டுத் தள்ளுகிறோம். இந்த மூர்க்க மிருகத்தையும் அப்புறப்படுத்திவிட்டால் சமூகத்துக்கு நல்லதுதானே?"

'அதுதான் நியாயம்' என்றது அவன் உள்ளம். அவன் அதற்கு மேல் சிந்திக்கவில்லை. மின்னல்போல் வாள் வீரன் மேல் பாய்ந்தது. அவன் வீழ்ந்தான், இடிபட்ட நெடும் பனை போல.

சின்னாண்டவன் நேராகப் போலீஸ் ஸ்டேஷன் சென்றான்; தன் வாக்குமூலத்தைப் பதிவு செய்தான்; கைதியானான். வீரன் ஆஸ்பத்திரியில் மரணமடைந்தான். அந்தக் குற்றத்துக்காகவே சின்னான் மீது தீர்ப்புக் கூறப்பட்டது. தண்டனைக்காக அவன் வருந்தவில்லை; திடுக்குறவில்லை.

"நான் கஷ்டப்பட்டால் என்ன? இனியாவது அந்தக் கிராமத்தில் அமைதியும் சுகமும் நிலவுமல்லவா? வீரன் குற்றம் செய்து கொண்டிருந்தான். அதைத் தடுப்பது என் கடமை என்று எனக்குப் பட்டது. குற்றத்துக்கு தண்டனை அளித்தது தவறு?" என்று அவன் அறிவு வாதாடியது.

அவனது மனப் பண்பைக் கண்டு வியந்தார் நீதிபதி. "அறிவின் வாதம் சரிதான். நாம் என்ன செய்கிறோமோ அதை அவனும் செய்தான். குற்றவாளி தண்டனைக்கு உரியவன்தான்!" என்று அவர் உள்ளம் பேசியது.

ஆனால் சட்ட ஞானம் சொன்னதாவது: "அது சரி; இப்படி ஒவ்வொருவரும் தீர்ப்புக் கூறுவதைத் தன் தலைமீது போட்டுக் கொண்டு, தண்டனை அளித்தால் அப்புறம் சமூக நிலை? சமூகம் கட்டுப்பாடு, சட்ட திட்டம் எல்லாம் காற்றில் பறந்து விடாவா? இவன் யார் தண்டனை கொடுக்க? அது அரசாங்கத்தின் உரிமை. உரிய இடத்தில் முறையிட வேண்டியது தானே இவன் கடமை?"

அவர் அந்தரங்கத்தில் நிகழ்ந்த போரின் வெற்றி போல் வார்த்தைகள் ஒலித்தன - சின்னாண்டவன் குற்றவாளி. அவனுக்கு மரண தண்டனை.

"வேண்டுமானால் கவர்னர் பிரபுவுக்கு மனுச் செய்து பார்க்கலாம். அவர் மரண தண்டனையை மாற்றித் தீவாந்தர சிக்ஷை கொடுப்பார்" என்றும் அவர் சொல்லி வைத்தார்.

அதைக் கேட்டும் சின்னாண்டவன் சிரித்துவிடவில்லை.

தொகுப்பு: கோ. எழில்முத்து

மன மகிழ்ச்சி

திருலோக சீதாராம்

அறிமுகம்

கவிஞர் திருலோக சீதாராம் வாழ்நாள் முழுவதும் பாரதியின் புகழ்பரப்பிய பாரதி சீடர். அற்புதமான கவிஞர்; சிறந்த மொழி பெயர்ப்பாளர். வடமொழியிலும் தமிழிலும் புலமை செறிந்தவர். சிவாஜி என்ற தனித்துவ மிக்க இதழின் ஆசிரியர். மகாகவி பாரதிக்கு ஆண்வாரிசு இல்லாமையால், தம்மையே பாரதியின் புத்திரனாக அவதானித்துக் கொண்டு தமது இறுதிக்காலம் வரை பாரதியின் நினைவுநாளில், பிதுர்க்கடன் செய்து வந்த

பாரதி புத்திரர். தேசாபிமானமும், பாஷாபிமானமும், மனிதாபிமானமும் இவரது எழுத்துகளில் மிளிர்ந்து ஒளிரும்.

- ஜெயகாந்தன்

கூண்டிலிருந்து விடுபட்ட குருவிக் கூட்டம்போல் பள்ளிக்கூடம் விட்டுக் குழந்தைகள் தெருவில் குதித்துப் போய்க் கொண்டிருந்தார்கள். ஊர்மாடுகள் மேய்ச்சலிலிருந்து திரும்பி வந்து கொண்டிருந்தன. தெருப் புழுதியோடு காய்ந்து உதிர்ந்த அரசிலைச் சருகுகள் காற்றில் சுழன்றன. வாசல் 'காம்பவுண்டு' ஓரமாக உள்பக்கம் 'பெஞ்சி' மீது உட்கார்ந்து, ராதை பூஞ்செடிகளுக்குத் தண்ணீர் விடுவதைப் பார்த்துக் கொண்டிருந்தேன்.

காலடியில் துவளும் அவளுடைய புடவையின் கரை ஈர மண்ணில் புரண்டு சொட்டிக் கொண்டிருந்தது. மார்பில் ஓடும் மெல்லிய மேலாக்கின் உள்ளே மின்னிக் கொண்டிருந்த மாங்கலியச் சரட்டுடன் கருக மணியும் செயினும் முறுக்கிக் கொண்டிருந்தன.

பூவாளியின் துதிக்கையை முல்லைச் செடிகளின் மீது சாய்த்தாள். புழுதி படிந்திருந்த தளிர்கள் அந்த நீர்ச் சிலிர்ப்பில் குளித் துக் குதூகலமாக ஆடி அசைந்தன. முத்தாக அரும்பியிருந்த மொட்டுக்கள் சிரிக்க முயன்று கொண்டிருந்தன. நீர் விட்டுக் கொண்டே ராதை அடிக்கடி என் பக்கம் திரும்பிப் பார்த்துக் கொண்டாள். அவள் பார்வை என் இருதயத்தை ஊடுருவி எதையோ தேடுவது போல் இருந்தது.

ராதை என்னிடம் வந்து ஒரு வருஷம் ஆகிவிட்டது. அவள் வந்த புதிதில் நான் அதற்காகப் பேரானந்தம் அடைந்துவிடவில்லை. ஆயினும் நான் அவளை ஏற்றுக் கொண்டேன்.

★★★

பண்ணுருட்டிக்கு மாற்றலாகி நான் வேலையை ஒப்புக் கொண்ட போது பெரிய கலெக்டர் ஜமாபந்தி நடந்து கொண்டிருந்தது. கலெக்டர் 'கார்க்கோடகன்' என்று பிரசித்தமாக இருந்தது. வசூல் பூச்சியம் போடாத குற்றத்திற்காகப் பல கிராமாதிகாரிகள் கணக்கு மூட்டையைக் கீழே வைத்துவிட்டுப் போனார்கள்.

அப்பொழுது என் பிர்க்கா சம்பந்தப்பட்ட கிராமங்களுக்கு ஜமாபந்தி. நாளெல்லாம் கணக்கு மூட்டைகளுடன் ஓரியாடிக் கொண்டிருந்து விட்டு இரவு ஒரு மணிக்குத்தான் வீட்டுக்கு வர வேண்டியிருந்தது.

அன்று இரவு சாப்பிட்டுவிட்டு, வாசலில் கட்டிலில் வந்து உட்கார்ந்தேன். அந்த அர்த்த ராத்திரியில் ஒருவர் என்னைத் தேடிக் கொண்டு வந்தார். நான் நினைத்தபடியே, வந்தவர் ஒரு கிராம உத்தியோகஸ்தர்தாம். திருமலைப்பட்டி கிராம மணியக்காரர் அவர். அவர் பெயர் சங்கரையர். அன்று தினம் 'சஸ்பெண்ட்' ஆனவர்களில் அவரும் ஒருவர். அவர் எதற்காக வந்திருக்கிறார் என்று எனக்குத் தெரியும்.

''பதினெட்டு வருஷங்களாகப் பாக்கி போட்டதில்லை. இந்த வருஷமும் அப்படி ஒன்றும் அதிகப் பாக்கி இல்லை. இரண்டு நாள் வாய்தா கொடுத்தால் எப்படியும் பூஜ்யம் போட்டு விடுவேன். நீங்கள் மனசு வைக்க வேண்டும். இதுவரை இந்த மாதிரி நேர்ந்ததே இல்லை'' என்று அவர் சொன்னார்.

தயக்கமும் தடுமாற்றமும் நிறைந்த அந்தக் குரலில் என்னதான் இருந்ததோ எனக்குத் தெரியாது.. வேலைக்கு வந்த ஆபத்தைத் தடுக்கக் காக்காய் பிடிக்கும் சாதாரணக் கிராம உத்தியோகஸ்தர் என்று அவரை நான் நினைக்கவில்லை. பின்னால் அவர் கூறிய வார்த்தைகளிலிருந்து லோக அபவாதத்திற்கும் தெய்வத்திற்கும் அவர் எவ்வளவு தூரம் பயந்தவர் என்பது தெரிந்தது.

''துரை மிகவும் கோபமாய் இருக்கிறானையா! யாரும் கிட்ட நெருங்க முடியவில்லையே! ஏதோ என்னால் ஆனதைப் பார்க்கிறேன். எதற்கும் நாளைக் காலையில் கலெக்டர் ஜாகைக்கு வாருங்கள்'' என்று சொல்லி அனுப்பினேன். அவர் போனதும் கோபு வந்தான்.

''துரை அதற்குள் படுக்கை ஆகிவிட்டாற் போல் இருக்கிறது. உனக்கென்னப்பா, பேஷ்கார்; ஆபீசர்; என்னைப் போல் தாலுகா குமாஸ்தாவா? என்னைச் சொல்லு! இப்பொழுதுதான் வீட்டுக்குப் போகிறேன். விடிய விடிய மறுபடியும் போய்த் தொலைய வேண்டும். அது போகட்டும், சங்கரையர் உன்னிடம் வந்துவிட்டுப் போகிறார் போலிருக்கிறதே! என்ன சொல்லி அனுப்பினாய்?'' என்றான்.

''என்ன சொல்லி அனுப்புகிறது? மனிதனைப் பார்த்தால் பரிதாபமாய்த்தான் இருக்கிறது. நம் கையிலே இருக்கிறதா தூக்கிக் கொடுத்துவிட? துரை 'புல்டாக்' மாதிரி விழுகிறானே.''

''ஜமாபந்தி நடத்தி நாசமாய்ப் போனான். தராதரம் தெரியாமல் இப்படிக் கண்மூடி தர்பார் நான் பார்த்ததே இல்லை. தொலைகிறான். சங்கரையர் விஷயத்தில் நீ கொஞ்சம் மனசு வைத்தால் சுலபமாக முடிந்துவிடும் என்று எனக்குத் தோன்றுகிறது. அவர் விஷயத்தில் எவ்வளவு செய்தாலும் தகும். நல்ல பாத்திரம், மிகவும் மானி.''

''பாத்திரந்தான். அதற்காக நாம் போய் அந்தச் சிடுமூஞ்சியிடம் தொங்க முடியுமா? நம்மேலேயே சந்தேகப் பட்டாலும் பட்டான்.''

''தொங்கவேண்டுமென்று நான் சொல்லவில்லையே. நாளது வரைக்கும் அவர் பேரிலே ஒரு குற்றம் கிடையாது. இரண்டு நாள் வாய்தாதானே அவர் கேட்கிறார்?''

''அதிருக்கட்டும். உனக்கென்ன, சங்கரையர் ஏதாவது உறவோ? இவ்வளவு இரக்கப்படுகிறாயே.''

''உறவிருந்தால் தானா? அவரைப் போல நல்ல மனிதன் ஆயிரத்தில் ஒருவன்கூட இருக்கமாட்டான். நான் இரக்கப்படுவது இருக்கட்டும். நியாயத்திற்குப் பாடுபட வேண்டுமென்று உனக்குத் தோன்றவில்லையா? பரோபகாரம், தர்ம சிந்தனையென்றெல்லாம் அளந்து கொண்டிருந்தாயே; அதெல்லாம் காலேஜிலேயே மூட்டை கட்டி வைத்துவிட்டாயோ? வரவர ப்யூராகிராட் ஆகிக் கொண்டிருக்கிறாய்.''

''ஆமாம்! கெடிபிடி ஆக இல்லாவிட்டால் உத்தியோகமே பார்க்க முடியாதே.''

இந்தத் தோரணையில் எங்கள் பேச்சு வளர்ந்தது. சங்கரையருக்குப் பெரிய சம்சாரம், நாலு பெண்கள். மூத்த பெண் பார்வைக்கு நன்றாக இருப்பாளாம். ஆனால் கால் மட்டும் கொஞ்சம் ஊனமாம். வரன் கிடைக்காமல் திண்டாடுவது ஒருபுறம் இருக்கச் சமூக அபவாதம் வேறு - பேச்சு வாக்கில் கிடைத்த இந்தத் தகவல்கள் அவரிடம் அனுதாப உணர்ச்சியை உண்டாக்கியது எனக்கு.

சங்கரையருக்குப் பரம சந்தோஷம். ஜமாபந்தி முடிந்து ஊருக்குப் போகும்போது, "நீங்கள் ஒருநாள் ஊரில் முகாம் போட்டால் சிரமமில்லாமல் வசூல் செய்து விடுவேன். தயை செய்ய வேண்டும்" என்று விநயமாக அழைத்துவிட்டுப் போனார்.

சங்கரையரின் ஒரே வீடுதான் திருமலைப்படி அக்கிரகாரம். உத்தியோக அலுவல்கள் உடனே முடிந்து விட்டாலும் அவர் விடவில்லை.

அவருடைய வீடு சர்வ சாதாரணமாகத்தான் இருந்தது. அவருடைய மனைவி காலமான பிறகு குழந்தைகளே குடும்ப நிர்வாகம். ராதை அவருடைய மூத்த பெண்ணாம். நான்கு வருஷங்களாக வரன் தேடி அலுத்துப் போயிருந்தார் என்று தெரிந்தது.

"ராதைக்குக் கீழே இன்னும் மூன்று பெண்கள் கல்யாணத்துக்கு நிற்கின்றனர். இரண்டாம் பெண்ணுக்கு வடக்கேயிருந்து ஒரு வரன் வந்திருக்கிறது. நல்ல இடந்தான். ராதைக்கு ஏற்பாடாகாமல் இதை எப்படி முடிவு செய்கிறது? ராதை குழந்தையாயிருந்தபோது ஏழு வயசு வரையிலும் எழுந்து நடக்காமல் இருந்தாள். செய்யாத வைத்தியம் இல்லை. கடைசியில் கடவுள் கிருபையால் குழந்தை எழுந்து நடக்க ஆரம்பித்தாள். இப்பொழுது வயசு பதினெட்டாகிறது. ஆயிரம் இரண்டாயிரம் வரதக்ஷிணை கொடுப்பதாயிருந்தால் அவளுடைய ஊனத்தைப் பற்றி எவனும் யோசிக்கமாட்டான். நமக்கு எங்கே அவ்வளவு? கடவுள் என்ன வழி காட்டுவாரோ எனக்குத் தெரியவில்லை" என்று மன்னிப்புக் கேட்பது போன்ற பாவத்தில் அவர் கூறியபோது என் மனத்தில் முள் தைப்பதுபோல் இருந்தது.

"ராதைக்கு இனிமேலா கணவன் பிறக்கப் போகிறான்? எங்காவது பிறந்துதான் இருப்பான்" என்று ஏக்கமும் நம்பிக்கையும் கலந்த குரலில் அவர் கூறியபோது என் இருதயத்தில் என்னவோ வேதனை செய்தது. விளக்கமற்ற ஒரு கேள்விக்குறி என் சிந்தனை வட்டத்தில் சுற்றிச் சுழல ஆரம்பித்தது. அன்றெல்லாம் இதைப் பற்றிய யோசனைதான்.

சாயங்காலம் ராதை வாய்க்காலிலிருந்து தண்ணீர் எடுத்துக் கொண்டு வந்தாள். நான் கவனித்தேன். கால் கொஞ்சம் ஊனந்தான். மற்றப்படி ராதை அழகி. ஆனால் நவநாகரிகம் அல்ல. முகத்தில் பெண்மையின் வசீகரத்துடன் நிர்வாகக் களை சொட்டிக் கொண்டிருந்தது. என் மனத்தில் விவரிக்க இயலாத பல உணர்ச்சிகளைக் கிளப்பி விட்டு அந்தக் குருவிக் குடும்பம் எப்படியோ என் உயிரின் ஆழத்தில் இடம் தேடிக் கொண்டு விட்டது. அதை அகற்றிவிட்டு நான் இனி அமைதியாக இருக்க முடியாதென்று நிச்சயமாக எனக்குத் தோன்றியது.

ஊருக்குப் போகும்போது நான் சங்கரையரிடம் தீர்மானமாகச் சொன்னேன். அவர் பிரமித்துப் போனார்.

"உண்மையாகவா? உங்கள் பெரியவர்கள்..." என்று அவர் இழுத்தாற்போல் தயங்கினார்.

"இல்லை, நான் தீர்மானித்துவிட்டேன். நான் போய் ஏற்பாடு செய்கிறேன்..." என்று சொல்லிவிட்டுப் புறப்பட்டேன். அவருக்கு அப்பொழுதுகூட நம்ப முடியவில்லை.

மாங்கலிய தாரணம் ஆகி ராதையும் நானும் அவருடைய பாதங்களில் நமஸ்கரித்தபோது அவர் என்னைத் தழுவிக் கொண்டார். கண்களில் நீர் ததும்ப எங்களை ஆசீர்வதித்தார். அவருடைய பார்வையில் நன்றியும் ஆனந்தமும் பொங்கின. அவருடைய பாரத்தைக் குறைத்து விட்ட கர்வம் அன்று எனக்கு இருக்கத்தான் செய்தது.

மெட்டியின் சத்தம் கேட்டுத் திரும்பிப் பார்த்தேன். ராதை பக்கத்தில் நின்று கொண்டிருந்தாள். இந்த ஒரு வருஷத்திற்குள் அவள் எப்படியோ என்னை முற்றும் கவர்ந்துவிட்டாள். அன்று சங்கரையரின் சந்தோஷத்துக்காகத்தான் நான் அவளை ஏற்றுக் கொண்டேன். ஆனால் இன்று என் வாழ்க்கையின் மணி விளக்கு ராதை. அவள் என்னில் எதையே தேடிக் கண்டுபிடித்து விட்டாள். ராதை 'தொடாத தந்தியில்' இசையை எழுப்பிவிட்டாள். சுமையாகத் தான் வந்தாள்; சொர்க்கமாக மாறிவிட்டாள். அன்று கூனி குப்ஜையை மணந்த கண்ணபிரானாக நான் என்னை நினைத்துக் கொண்டேன். இன்று ராதை என்னுடைய லைலி?

அதோ அந்த அறையில் அவள் எதையோ படித்துக் கொண்டிருக்கிறாள். ஏதோ ஒரு மாய உலகிலிருந்து வந்த அபூர்வ சுந்தரிபோல என் கண்களுக்குக் காட்சி தருகிறாள். அவள் என்ன படிக்கிறாள்? என் இருதய ஏட்டைத்தான் மெதுவாகத் திருப்பிக் கொண்டு வருகிறாளா? ஆம், அப்படித்தான் இருக்க வேண்டும்.

கோட்டை வீடு

வ. ராமஸ்வாமி (வ.ரா)

அறிமுகம்

அறிஞர் வ. ராமஸ்வாமி அவர்கள் பாரதியார் சீடர்களில் ஒருவர். புரட்சிகர சிந்தனையாளர். இவரது கோதைத் தீவு எனும் நாவல் பெண் விடுதலைக் கருத்தை மையமாகக் கொண்ட அருமையான நாவல். தமிழில் கலை இலக்கியம் சமூகம் சம்பந்தமான முற்போக்கு விமர்சனங் களைப் படைத்து பல மறுமலர்ச்சிகளுக்கு வித்தூன்றியவர்.

மகாகவி பாரதியார் பற்றிய வ.ரா எழுதிய வாழ்க்கை வரலாறு மிகப் பிரசித்தமானது. குழந்தைகளின் மன உணர்ச்சிகளைச் சித்திரிக்கிறது இக்கதை.

- ஜெயகாந்தன்

''நான் எங்க அம்மா மாதிரி புடவை கட்டிக்கப் போறேனே'' என்றாள் ராஜி.

''எனக்கு மட்டுந் தெரியாதோ? நான் எங்க அப்பா மாதிரி வேஷ்டி கட்டிக்கிறேன்'' என்றான் ராஜன்.

''நான் எங்க அம்மா நகையைப் போட்டுக்குவேன்; நீ என்ன பண்ணுவை?'' என்று ராஜி கூத்தாடினாள்.

ராஜனுக்குக் கொஞ்சம் திகைப்பு உண்டாயிற்று. அவன் தகப்பனாரோ, கடுக்கன், மோதிரம் முதலிய அலங்காரம் ஒன்றும் செய்து கொள்ளுவதில்லை; ராஜிக்குப் போட்டியாக அவனால் ஒன்றும் சொல்ல முடியவில்லை.

ராஜியோ அட்டகாசமாய், டான்ஸ் ஆடுவது மாதிரி குதிக்கிறாள். ''என்ன பண்ணுவை?'' என்று சொல்லிக்கொண்டே அவள் குதிக்கிறாள்.

''எங்கப்பா மூக்குக் கண்ணாடியை, மூக்கிலே போட்டுக்குவேன்; அப்பா செருப்பைக் காலிலே போட்டுண்டு, ஜோரா நடப்பேன், இதோ பாரு; இந்த மாதிரி நடப்பேன். உன்னாலே அந்த மாதிரி செய்ய முடியுமோ?'' என்று ஆவேசம் வந்த கவி ஆனந்தம் அடைவதைப் போல ராஜன் பெருமகிழ்ச்சியுடன் சொன்னான்.

ராஜி என்ன செய்வாள் பாவம்! ராஜன் மாதிரி அவள் செய்ய முடியாதென்றுதான் அவளுக்குத் தோன்றியது. கண்ணுக்குக் கண்ணாடியும் காலுக்குச் செருப்பும் பெரிய சங்கதிகள் தானே?

ராஜிக்கு முகவாட்டம் ஏற்பட்டது. இந்தச் சமயத்தில், அவளுடைய டான்ஸ் அடியோடு நின்று போய்விட்டது. ராஜனை நேரே பார்க்க அவளுக்கு இஷ்டமில்லை.

ராஜி தரையில் உட்கார்ந்து கொண்டாள். குறுக்கும் நெடுக்குமாகத் தரையில் கோடுகள் இழுக்க ஆரம்பித்தாள். அந்தப் பக்கம் இந்தப் பக்கம் பார்த்து, அடிக்கொருதரம் எச்சில் துப்பிக் கொண்டிருந்தாள். அவள் தோற்றுப் போய் விட்டாளல்லவா? வெட்கத்தை உள்ளே விழுங்க முடியுமோ? கொஞ்சங் கொஞ்சமாக வெளியே துப்பிக் கொண்டிருக்கிறாள். இயற்கையின் சேஷ்டை!

"ராஜா, நீ ரொம்ப சமத்து மாதிரி பேசிவிட்டாயோ? நான் கல்யாணம் பண்ணிக்கப் போறேனே" என்று ராக ஆலாபனம் செய்வது போல நீட்டிக்கொண்டே சொன்னாள். இதைச் சொல்லிவிட்டு, தனக்கு ஏதோ பெரிய ஐயம் வந்தது போல எண்ணிக் கொண்டு, ராஜனுடைய முகத்தை ஒருமுறை பூராவாகப் பார்த்து, 'போட்டோ' பிடித்தாள்.

"ரொம்பப் பிரமாதமோ! நீ செய்கிறது. என்னாலே முடியாதோ? நானும் கல்யாணம் பண்ணிக்கிறேன். எனக்கு மாத்திரம் முடியாதோ?" என்று, குன்றத்தின் மேலிருந்த கோட்டையை ஆயாசமில்லாமல் பிடித்துவிட்ட வீரனைப் போலப் பேசினான் ராஜன்.

"சொன்னதைத் திருப்பிச் சொல்லுமாம் கிளிப் பிள்ளை. அசடாய்ப் பேசுமாம் ஆம்பிள்ளை" என்று சொல்லி, மறுபடியும் ராஜி தனது டான்சுக்கு ஆரம்பித்துவிட்டாள். டான்ஸ் என்றால் உங்கள் வீட்டு எங்கள் வீட்டு டான்சா? சினிமா டான்சா? சின்ன மேள டான்சா? சுருதி, லயம், தாளம் எதற்காவது கட்டுப்பட்ட டான்சா?

"அசடாய்ப் பேசுமாம் ஆம்பிள்ளை" - இதுதான் அவளுடைய நர்த்தனத்துக்குப் பல்லவி; ஒரு முறை குதிப்பாள்.

அசடு, அசடு என்று சொன்னால், யாருடைய முகம் சந்திரனைப் போல இருக்கும்? ராஜனுடைய முழுமதி முகம், 'மூளிக் கடுகு மூஞ்சி'யாக ஆகிவிட்டது. இதைப் பார்க்க பார்க்க ராஜிக்குக் கொம்மாளம்; அஷ்ட திக்குகளையும் உதைத்துத் தள்ளுகிற மாதிரி, டான்ஸ். அவைகளின் பேரில் மட்டும் ராஜியின் கால்கள் பட்டிருந்தால் அவைகள் சடசடவென்று சரிந்து விழுந்திருக்கும். முழங்காலைக் கொண்டு, மோட்டு வளையை உதைக்க முடியாது என்று யார் சொன்னாலும், அது ராஜியின் இந்தப் பருவத்தில் ஏறுமா? ராஜிக்கு வயது ஒன்பதுதானே? அவளுக்கு ஒரு வயது மூத்தவன் ராஜன்.

குரங்கு சாகக் கொடுத்த ஆண்டி என்று சொன்னால், ஆண்டிக்குக் கோபம் வந்தாலும் வரும். இருந்தாலும் அந்த மாதிரி விழித்துக் கொண்டிருந்தான் ராஜன். தப்பி ஓடிய மீனைக் கவனித்துக் கொண்டிருக்கும் கொக்கைப்போல, ஆத்திரத்துடன் மௌன மாயிருந்தான் என்று சொல்லலாம்.

வெற்றிக் காலத்தில் விபரீத புத்தி தோன்றும் என்று சொல்லுவார்கள். அப்பொழுது தலைகால் தெரியாதாம். (அக்காலத்தில், தலையால் நடந்து, காலால் யோசிப்பார்களோ, என்னவோ!)

ஐயமும் டான்சும் சேர்ந்து ராஜிக்குத் தலைக்கிறுக்கு உண்டாக்கி விட்டன. இன்னும் ஒருமுறை, ராஜனை அவமானப் படுத்த வேண்டுமென்று திடீரென்று ராஜிக்குத் தோன்றிற்று. யாருமே, எதையும் அநேகமாய் யோசித்துச் செய்வதில்லை. மான அவமான சங்கதிகளில், யோசித்தால் காரியம் கெட்டுப் போகும். மேலும், அவைகள் தாமாகத் தோன்றும் நிகழ்ச்சிகள். சட்டியிலிருந்தால் அகப்பையில் வருவது எவ்வளவு நிச்சயமோ, அதுபோலவே, உள்ளுக்குள் இருக்கிற மான உணர்ச்சி வெளித் தோன்றத்தான் செய்யும்; இது இயற்கை கற்றுக் கொடுக்கிற பாடமல்ல.

தலைக்கிறுக்கு அடைந்த ராஜி திடீரென்று, ''நான் தாலி கட்டிக்கப் போறேன். நீ என்ன பண்ணுவை?'' என்று சொல்லிக் கொண்டே நர்த்தனத்தில் இறங்கிவிட்டாள்.

ராஜன் வாடியிருக்கிற கொக்கு; பாயப் பதுங்கி நிற்கும் புலி. உடனே, அவனுடைய உடம்பில் ஒரு பூரிப்பு ஏற்பட்டது. ஒரு பாய்ச்சல் பாய்ந்தான். ராஜியின் கைகளைக் கெட்டியாகப் பிடித்துக் கொண்டான். ''நான் தாலி கட்டப் போறேன்; நீ என்ன பண்ண முடியும்?'' என்று எக்காளம் போடும் காளையைப் போலச் சத்தம் போட்டான்.

''என் கையை விடு; நான் அம்மா கிட்டச் சொல்லுவேன். விடறயா, இல்லையா?'' என்றாள் ராஜி.

''கொஞ்ச நேரத்துக்கு முந்தி, நீ டான்ஸ் ஆடின மாதிரி, இப்போ இல்லையே? தோத்தால் அழறயே! அம்மா கிட்டச் சொல்றேன் என்கிறயே! ஆப்பிட்டுண்டா, அழுவாள் பொம்பிள்ளை'' என்று கைகளைக் கொட்டிக்கொண்டு பாடினான் ராஜன்.

ராஜிக்கோ கோபம்; ரோஷம் தளதளவென்று முகத்தில் கொதிக்கிறது. உடம்பிலிருக்கிற ரத்தமெல்லாம் முகத்துக்கு வந்து விட்டது. அவமானத்தாலும் தோல்வியாலும் எப்பொழுதும் முகத்துக்குத் தானே ஆபத்து வருகிறது? முகத்தை இந்த ஆபத்திலிருந்து காப்பாற்ற வேண்டாமா? அதனாலேதான், உடம்பு ரத்த முழுமையும் முகத்திலே வந்து கூடிக் குவிந்து கொள்கிறது.

''பெரிய மனுஷன் மாதிரி பேசி விட்டாயே! நீ யாருக்குத் தாலி கட்டப் போறே? உனக்கு யார் இருக்கா?'' என்று என்னவோ பேசி விட்டாள் ராஜி.

"யாருக்கா உனக்குத்தான். வேறே யாருக்கும் நான் தாலி கட்டமாட்டேன் ராஜி! உனக்குத் தெரிகிறதா?" என்று சிரித்துச் சொல்லிக் கொண்டே அவளுடைய கைகளைப் பிடித்துக் கொண்டான்.

ராஜி முகத்தைத் தொங்கப் பொட்டுக் கொண்டாள். அவளுடைய முகத்தில் இப்பொழுது ரோஷமில்லை. வந்த காரியம் ஆனவுடனே, உடம்பு ரத்தமெல்லாம் ராஜியின் முகத்தை கல்யாணம் விசாரித்து விட்டு, விருந்துக்கு வருவதாகச் சொல்லி விடைபெற்றுக் கொண்டு, உடம்பு சுற்றுப் பிரயாணத்துக்கு ஆரம்பித்துவிட்டது.

"ராஜா, நீ சுத்த அசடு" என்றாள் ராஜி.

"அசட்டுக் கையை விட்டுவிடேன்! என் கையிலே, ஏன் நகத்தாலே கோடு இழுக்கறே? நான் ஆத்துக்குப் போறேன்" என்றான் ராஜன்.

"உன் கை தங்கக் கையோன்னோ? கோடு இழுத்தால், அழகு கொறஞ்சு போயிடும். போடோ அசடே! ஆத்துக்குப் போயேன். நான் இங்கேயே வீடு கட்டி விளையாடறேன்" என்றாள் ராஜி.

"நான் ஆத்துக்குப் போக மாட்டேன். நீ என்ன செய்வே? நான் இங்கேதான் இருப்பேன். அப்புறம் நீ என்ன பண்ணுவை?" என்றான் ராஜன்.

"நான் வீடு கட்டறதை நீ பார்த்துண்டு, சும்மா உட்கார்ந்திருக்கப் படாது. நீ எஜமானோ? நான் கூலி வேலைக்காரியோ? வேணும்னா, நீயும் ஒரு வீடு கட்டிக்கோ" என்றாள்.

"நான் தனியாய் வீடு கட்ட மாட்டேன். சேத்துதான் கட்டுவேன். நான் ஏன் சும்மா இருக்கப்படாது? சும்மாத்தான் இருப்பேன்.

"சும்மா நீ உன் வீட்டில் இரு. நான் கட்டற வீட்டைப் பார்த்துக் கொண்டிருக்கப்படாது. கட்டற வீட்டுக்கு நிஷ்டூரம் சொல்லுவே."

"நான் சும்மாப் பார்த்துக் கொண்டிருக்கேன். நான் வாய் திறக்கல்லை. இல்லாவிட்டால், ஒண்ணு, ரெண்டு ஆயிரம் வரையில் எண்ணிக் கொண்டிருக்கட்டுமா?" என்றான் ராஜன்.

"நான் வீடு கட்டறபோது, ஒண்ணு ரெண்டு எண்ணிக் கொண்டு சும்மா இருக்கத்தான் உனக்குத் தெரியும். ஆம்பிள்ளை யோன்னோ?"

''என்ன பெரிய மனுஷி மாதிரி பேசறே! நான் அசடுதான். அசட்டைக் கட்டிண்டுதான், நீ காலம் தள்ளணும்'' என்று சொல்லி, ராஜன் சிரித்தான்.

பெரியவர்கள் இப்படிச் சிரித்தால், அதை அசட்டுச் சிரிப்பு என்று சொல்லலாம். குழந்தைகள் இயற்கையாகச் செய்கிற காரியத்துக்கு என்ன அர்த்தம் கற்பிக்க முடியும். பார்த்து ஆனந்தப் படலாம்; அல்லது ஆத்திரப்படலாம்? என்ன செய்தாலும் கடைசியில் குழந்தைகளைக் கெஞ்ச வேண்டியவர்கள் பெரியவர்கள். மிஞ்சினால் குழந்தைகளிடம் எந்தக் காரியமும் பலிக்காது.

''நீ சொன்னாலும் சரி, சொல்லாவிட்டாலும் சரி, நான் பெரிய மனுஷிதான். நீ சின்ன மனுஷன். நான் வீடு கட்டணும் என்கிறேன். நீ வேடிக்கை பார்ப்பேன் என்கிறே! யார் பெரியவா, யார் சின்னவா? சொல்லு பார்ப்போம்'' என்றாள் ராஜி.

''நீ தான் பெரிய மனுஷி. தடை என்ன?'' என்றான் ராஜன்.

''புலியே! ஜம்பம் பேசறயே! உனக்குத் தாலி கட்டத்தான் தெரியும். உனக்கு வீடு கட்டத் தெரியாது. பேசாதே! திரும்பிப் பார்க்காமே ஓட்டமெடு'' என்றாள் ராஜி. மறுபடியும் டான்ஸ்.

ராஜனுக்கு ஆத்திரம். ''ரொம்பப் பெரிய பேச்சு எல்லாம் பேசறயே; எனக்குத் தாலியும் கட்ட முடியும்; வீடும் கட்டத் தெரியும்'' என்று அவன் படபடவென்று பேசினான்.

''ஏண்டா, வீணாய்ப் பேசறே? நம்ப வீட்டு மண் எல்லாத்தையும் ஒண்ணாய்ச் சேரு. நம்ப வீட்டைக் கோட்டை மாதிரி கட்டணும். நம்ம புஸ்தகத்திலிருக்கே, அந்தக் கோட்டை மாதிரி. நம்ம வீட்டை யாரும் கலைக்காமே, நீ பார்த்துக் கொள்ளணும். பாட்டி சொல்ற மாதிரி, நீ ஈ வெட்டி சிப்பாயாக இருக்கப்படாது. மண்ணைச் சேரு, சுவர் எழுப்பணும். ஏன் கையைக் கட்டிண்டு, சும்மா இருக்கே? நான் கூட்டறேன் மண்ணை. அதோ பார், அந்த இடத்தில் கொண்டு போய்ச் சேரு'' என்றாள்.

இரண்டு பேரும் புது வீடு கட்ட, மண்ணை ஒன்றாய்ச் சேர்த்துக் கொண்டிருந்தார்கள். அந்த சமயம், அவர்களூர்க் கூத்தாடித் தாத்தா வந்து சேர்ந்தார். அவர் சிரித்துக் கொண்டே வந்தார்.

''என்ன தாத்தா, சிரிக்கிறீர்கள்?'' என்று குழந்தைகள் இரண்டு பேரும் ஏக காலத்தில் சிரித்தார்கள். பொக்கென்று சிரித்தவுடனே, தாத்தாவின் முகம் தொங்கிப் போய்விட்டது.

"என்ன தாத்தா! நாங்கள் கட்டற வீடு, உங்களுக்கு ஷோக்காய்ப் படலையோ? நீங்களும் கொஞ்சம் மண்ணைச் சேருங்களேன்" என்றான் ராஜன்.

"போடா போ, ராஜா! தாத்தாவுக்குப் பொக்கை வாயைக் காட்டிண்டு, அர்த்தமில்லாமல் சிரிக்கத்தான் தெரியும். அவருக்கு வீடு கட்டத் தெரியாது. தாத்தா நீங்க போங்க. நாங்க வீடு கட்டியானதும், கிரகப்பிரவேசம் செய்யப் போறோம். கிரகப்பிரவேசத்துக்கு உங்களை அழைக்கிறோம். வந்து விருந்து சாப்பிட்டுவிட்டுப் போங்க" என்றாள் ராஜி.

எல்லோரும் சிரித்தார்கள்.

தீபாவளி பட்சணம்

பெ.நா. அப்புஸ்வாமி

அறிமுகம்

திரு. பெ.நா. அப்புஸ்வாமி அவர்கள் தமிழில் விஞ்ஞான நூல்கள் எழுதியவர்களில் முதல்வராக இருப்பார். வான சாஸ்திரத்திலிருந்து உடற்கூறு சாஸ்திரம் வரை எளிய தமிழில் அனைவரும் புரிந்து பயன் பெறுமாறு அவர் எழுதிய கட்டுரைகளும், நூல்களும் மிகவும் சிறப்பு வாய்ந்தனவாகும். அவர் எழுதியுள்ள இந்த தீபாவளிப் பட்சணம் என்கிற கதை மனித உடலின் பாகங்களைப் பாத்திரப்படுத்தி எழுதப்பட்டிருப்பது அருமை.

- ஜெயகாந்தன்

தொகுப்பு: கோ. எழில்முத்து

கிருஷ்ணையரும் கோமாவும் கூடத்தில் உட்கார்ந்து பேசிக் கொண்டிருந்தார்கள். அம்மாஞ்சி ராமநாதையர் வந்து சேர்ந்தார்.

"என்ன கோமா? இந்த வருஷம் தீபாவளிக்கு என்ன பட்சணம் பண்ணப் போகிறாய்? பாதாம் அல்வாவா? மைசூர்ப்பாகா? ஜிலேபியா? இல்லாவிட்டால் எல்லாமா?"

"ஒன்றும் பண்ணப் போவதில்லை" என்றாள் கோமா.

"ஏன்?" என்றார் ராமநாதையர்.

"ஏனா? அது பெரிய கதை. கதையை இவர்களிடம் கேட்டுக் கொள்" என்று கிருஷ்ணையரைச் சுட்டிக் காட்டினாள்.

"என்ன, இவர்களே! அந்தக் கதையைச் சொல்லுங்கள்" என்று பிடித்துக் கொண்டார் ராமநாதையர்.

"கதையா? சரி, கேள். போன வருஷம் நான் குற்றாலத்துக்குப் போயிருந்தேன்; ஞாபகம் இருக்கிறதா?"

"நான் போனபோது அங்கே நல்ல சாரல். உடம்புக்குச் சுகமாக இருந்தது. உடம்பு நன்றாகத் தேறிக் கொண்டு வந்தது. அப்பொழுது ஒரு நாள் - அன்றைக்கு அமாவாசை வீட்டிலேயும் யாரோ விருந்துக்கு வந்திருந்தார்கள். அன்றைக்குச் சாப்பாடு பலம். தேங்காய் அரைத்த சேப்பங்கிழங்கு மோர்க் குழம்பு, எலுமிச்சம் பழமும் மாங்காயும் போட்ட பருப்பு, பலாக்காய்க் கூட்டு, அவியல், வெள்ளரிக்காய்ப் பச்சடி, வடை, கடலைப் பருப்புப் பிரதமன்."

"அதென்ன, பிரதமன் என்றால்?"

"பிரதமன் என்றால் பாயாசம்."

"சமையலைக் கேட்டாலே சாப்பிட வேண்டும்போல் தோன்றுகிறதே" என்றார் சாப்பாட்டில் பற்றுள்ள ராமநாதையர்.

இன்னொன்று சொல்ல விட்டுவிட்டேன். சேனைக்கிழங்கு வறுவல், பப்படாம், அன்றைக்கு நானும் சாப்பாட்டை ஒரு கை பார்த்து விட்டேன். சாயங்கால வாக்கில் என் வயிறு முணுமுணுத்துக் கொண்டே இருந்தது. விளக்கு வைத்ததும் சந்தியாவந்தனம் செய்து விட்டுச் சாய்வு நாற்காலியில் சாய்ந்து கொண்டு, "ராத்திரி சாப்பிடுவோமா? வேண்டாமா?" என்று யோசனை செய்து கொண்டிருந்தேன். கோமாவுக்கும் கைக்காரியம் ஒன்றும் இல்லை. அவளும் பக்கத்தில் போட்டிருந்த நாற்காலியில் உட்கார்ந்து கொண்டிருந்தாள்.

என் சிந்தையைக் கவர்ந்த நூல்கள் – ஜெயகாந்தன்   67

''அப்பொழுது, என் பையன் - வஞ்சி, தெரியுமா இல்லையோ? அவன் - ஒரு புத்தகத்தை எடுத்துக்கொண்டு வந்தான். ''அப்பா! இந்தப் பாட்டுக்கு அர்த்தம் தெரியவில்லை. சொல்லிக் கொடு'' என்றான். கோமா பக்கத்தில் இல்லாவிட்டால் அந்தப் பயலைத் துரத்தியிருப்பேன். அவள் பக்கத்தில் இருந்தபடியால் அவள் வாய்க்குப் பயந்து சொல்லிக் கொடுத்தேன்.

''என்ன பாட்டு?''

''ஒருநாள் உணவை
ஒழி என்றால் ஒழியாய்
இருநாளைக்(கு) ஏல் என்றால்
ஏலாய் - ஒருநாளும்
என்நோ(வு) அறியாய்
இடும்பை கூர்என் வயிறே
உன்னோடு வாழ்தல் அரிது

என்கிற பாட்டுத்தான் அது. பையனுக்குப் பாட்டின் பொருள் தெரிந்ததும் அவன் போய்விட்டான். என் வயிறு மறுபடியும் மடமடவென்றது.''

''அப்புறம்?''

அதைக் கேட்ட கோமா, ''என் வயிறு கூப்பிடுகிறதா? உங்கள் வயிறா?'' என்றாள். நான் ''உன் வயிறாகத்தான் இருக்கும்'' என்றேன். ''பலகாரம் பண்ண வருகிறீர்களா?'' என்றாள். ''இன்னும் கொஞ்சம் போகட்டுமே'' என்றேன். அவளுக்கு ஏதோ காரியம் இருந்தது. எழுந்திருந்து உள்ளே போய்விட்டாள்.

''நான் கண்ணை மூடிக் கொண்டு சாய்ந்து கொண்டிருந்தேன். மறுபடியும் என் வயிற்றுக்குள்ளிலிருந்து கதவைத் தட்டுகிற மாதிரி மடமட என்று ஓசை கேட்டது. அப்பொழுது ஒரு குரல், ''யார் தட்டுகிறது?'' என்று கேட்ட மாதிரி இருந்தது. என் உடம்புக்குளிருந்து பேச்சுக் குரல் கேட்கவே நான் அடைந்த ஆச்சரியத்துக்கு அளவில்லை.''

''அப்புறம்?''

''நான் கவனித்துக் கேட்டேன். ''யார் தட்டுவது?'' என்று. மறுபடியும் யாரோ கேட்பதுபோல் இருந்தது. ''நான்தான், உன் அடுத்த வீட்டுக்காரன்'' என்று வயிறு சொன்னது என் காதில் தெளிவாகக் கேட்டது. உடனே வயிறும் நெஞ்சுமாக ஏதோ பேசிக்

கொள்கின்றன என்று தெரிந்து கொண்டேன். கவனித்துக் கேட்க ஆரம்பித்தேன். அவைகளுக்குள் நடந்த சம்பாஷணையைச் சொல்லுகிறேன் கேள்.''

நெஞ்சு: நானே உன் வீட்டுக்கு வருவதாயிருந்தேன். என் பக்கமாய் ஒரேயடியாய்ப் போட்டு அழுத்துகிறாயே!

வயிறு: நீ மட்டுமல்ல; பக்கத்து வீட்டு ஈரலும் என் மேல் குற்றம் சொல்லுகிறது; அடுத்த வீட்டுக் குடலும் என் மேல் புகார் சொல்லுகிறது. நான் என்ன செய்வேன்! நம்முடைய வீட்டுச் சொந்தக்காரர் செய்கிற காரியத்துக்கெல்லாம் நானா பொறுப்பாளி? நான் திண்டாடுகிற திண்டாட்டம் எனக்கல்லவா தெரியும்? எனக்குள்ளே எவ்வளவு பலாக்காயும், சேப்பங் கிழங்கும், சேனைக் கிழங்கும், தேங்காயும் வைத்து அடைத்திருக்கிறார்கள், தெரியுமா? என்னால் அசையவே முடியவில்லை. போதாததற்கு வெள்ளரிக்காயும், கடலைப் பருப்பும், உளுத்தம் பருப்பும், துவரம் பருப்பும்...

நெஞ்சு: ஆமாம், உன் உடம்பு சற்று ஊதினது போலத்தான் தோன்றுகிறது.

வயிறு : சற்று ஊதினது போலா? வெகு அழகு! காலையில் அளந்து பார்த்தேன். உயரம் பன்னிரெண்டு அங்குலமும், இருந்தன. பார்க்கிறதுக்கு இலட்சணமாயும் இருந்தது. இப்பொழுது அளப்பதற்கு அளவு நாடா நீளம் போதாது. கண்ணாடியில் பார்த்தேன். உடம்பெல்லாம் உப்பி ஊதிக் கிடக்கிறது. சாக்கு மூட்டை மாதிரி இருக்கிறது. குறைந்தது மூன்று பங்காவது என் பருமன் அதிகமாக இருக்கும்.

நெஞ்சு: நான் கூடச் சொல்லலாமோ என்று எண்ணினேன். எங்கே கோபித்துக் கொள்ளுவாயோ என்று சொல்லவில்லை.

வயிறு: அது கிடக்கட்டும். அந்தப் பாட்டு ஒன்று வாசித்தார்களே, கேட்டாயா?

நெஞ்சு: கேட்டேன்; ஆனால்....அவ்வளவு....

வயிறு: என்னைக் குறை சொன்னபடியால் உனக்குச் சந்தோஷந் தான் போலிருக்கிறது. முன்னாலே என்னை அவமதித்தவர் சங்கதி மறந்து போய்விட்டதா? மறக்கக்கூடாது என்று ஈசாப் எழுதி வைத்திருக்கிறாரே.

நெஞ்சு: *(பயத்துடன் சமாதானமாக)* கேட்டிருக்கிறேன். யார் குறை சொன்னாலும் நான் உன்னைக் குறை சொல்லுவேனா?

வயிறு: பாட்டைப் பார் பாட்டை! ஏதோ ஒரு கிழவி பாடினாளாம். அவள் பாடினாளோ இல்லையோ, யார் கண்டார்கள்? பாட்டை அவள் தலையில் கட்டி விட்டார்கள். பாட்டாவது நன்றாக இருக்கக் கூடாதா? 'இடும்பைக் கூர்' வயிறாம், வசவைப் பார், வசவை. என்னோடு வாழ முடியாதாம்! யார் வாழச் சொல்லுகிறார்களோ தெரியவில்லை. எனக்கு மட்டிலும் இவர்களோடு வாழ வேண்டும் என்று இருக்கிறதா? இவர்கள் என்னைப் படுத்துகிற பாட்டுக்கு, எனக்கு நாக்கு மட்டிலும் இருந்தால் பிடுங்கிக் கொண்டு செத்துப் போயிருப்பேன்.

நெஞ்சு: கோபித்துக் கொள்ளாதே. என்னையுந்தான் கஷ்டப்படுத்துகிறார்கள்.

வயிறு: 'எலியும் வாலை உலர்த்திற்றாம்' என்கிற மாதிரி உன் குறையைச் சொல்ல வந்து விட்டாயா? அது இருக்கட்டும். இப்பொழுது என் குறையைக் கேள். தீபாவளியன்று என்ன நடந்தது தெரியுமா? நாளும் கிழமையுமாக இருக்கும்போது ஒருவரை இப்படியா நடத்துகிறது?

நெஞ்சு: எப்படி நடத்தினார்கள்? என்ன நடந்தது?

வயிறு: தீபாவளியன்றைக்கு முந்தின நாள் சாயங்காலம் ஏதோ பந்து ஆடுகிறேன் என்று சொல்லி என்னைப் போட்டுக் குலுக்கு குலுக்கென்று குலுக்கி எடுத்தார்கள். எனக்கு உடம்பெல்லாம் காந்தல் எடுத்துப் போய்விட்டது. ஜுரம் வந்தது மாதிரியாக இருந்தது. அப்புறம் ஒரு பக்கத்தில் போய் உட்கார்ந்தார் நம்முடைய சொந்தக்காரர். அம்மாடி என்று இருந்தேன். திடீரென்று கல்லுக் கல்லாகப் பத்துப் பதினைந்து வாதாங்கொட்டை என்மேல் வந்து விழுந்தது. 'இதென்னடா சனியன்' என்று நினைத்துக் கொண்டிருக்கும்போதே கொதிக்கக் கொதிக்க ஒரு டம்ளர் காப்பியை என் தலையில் கொட்டினார் என்னால் சூடு தாங்கவே முடியவில்லை. ஒரு மட்டுக்குக் கஷ்டப்பட்டுப் பொறுத்துக் கொண்டிருந்தேன். கொஞ்சம் கொஞ்சமாகச் சரியான உடம்புச் சூடு வந்தது.

நெஞ்சு: அப்புறம்?

வயிறு: அப்புறம் யாரோ ஒருவர், "சார்! ஜயித்தீர்களாமே, சந்தோஷம்!" என்றார். ஜயித்தால் என்ன சந்தோஷமோ தெரியவில்லை. அவர்களுடைய சந்தோஷம் எனக்குப் பிராணபத்தாக வந்து சேர்ந்தது. என் தலையில் ஜில்லென்று பனிக்கட்டிபோல ஒரு டம்ளர் சோடா

வந்து அருவிபோல விழுந்தது. குளிர் நடுக்கி எடுத்துவிட்டது. விறைத்து, ஜன்னி கண்டுவிடும்போல் இருந்தது. எப்படியோ தெய்வ கிருபையால் உடம்பு தாங்கிற்று. மறுபடியும் என் உடம்பை என் சுயச் சூட்டுக்குக் கொண்டு வருவது பெரும் பிரயத்தனம் ஆய்விட்டது. அங்கே அதோடு விட்டுவிட்டார். வீட்டுக்குப் போய்க் கொஞ்ச நேரத்துக்கெல்லாம் மறுபடியும் தொடங்கிவிட்டது வம்பு. கொதிக்கக் கொதிக்க இரண்டு கவளம் குழம்புஞ் சாதம். குழம்புதான் என்ன புளிப்பு! என்ன காரம்! அப்படியே என்னை எரித்துவிடும் போல் இருந்தது. இன்னும் இரண்டு கவளம் அந்த நெருப்பு. உடனே இரண்டு மடக்குக் குளிர்ந்த ஜலம். இப்படியாக என்னைப் பொசுக்குகிறதும், அணைக்கிறதுமாகக் கொஞ்ச நேரம் சித்திரவதை நடந்தது. பிறகு ஓய்ந்தது. பிறகு ஒரு மணி நேரத்துக்கு எனக்கு ஓய்வு கிடைத்தது. 'சரி, இன்று பீடை தீர்ந்தது; தூங்கலாம்' என்று எண்ணினேன் - அதாவது என் வேலையை முடித்துவிட்டு அவர் விடவில்லை. மடமடவென்று ஒரு டம்ளர் பாலை என் தலையில் கொண்டு வந்து கொட்டினார். அப்பொழுது பட்ட அவஸ்தை சொல்லி முடியாது. எல்லாவற்றையும் துடைத்துக் கிடைத்துச் சுத்தமாக்குவதற்கு எனக்குச் சரியாக மூன்று மணி நேரம் பிடித்தது. பிறகு எனக்குத் தூக்கம் வந்தது. சற்றே கண் அயர்ந்திருப்பேனோ இல்லையோ, என்னைத் திடீரென்று தூக்கி நிறுத்திவிட்டார்கள். எங்கே பார்த்தாலும் பட்டாசு வெடிப்பது காதில் பட்டது. தூக்கம் தொலைந்தது. பிறகு வெற்றிலைச் சாறு என் தலையில் வந்து விழுந்தது. கொஞ்சம் என்னை ஆட்டிக் குலைத்தார்கள். அதுதான் எண்ணெய் தேய்த்துக் குளிப்பதாம். அதற்காக என்னைப் போட்டு ஆட்டி எடுப்பானேன்?

நெஞ்சு: என்ன அநியாயம்?

வயிறு: அப்புறம் ஒரு நெருப்புக் கங்கு வந்து விழுவது போல் இருந்தது. அதுதான் லேகியம், தெரிந்ததா? அப்பொழுது காலமே நாலு நாலரை மணி இருக்கும். அப்புறம் கேள். நடந்ததை.

நெஞ்சு: சொல்லு.

வயிறு: முதலில் ஊத்தப்பம் நாலு, தேன்குழல் மூன்று, ஒரு டம்ளர் குளிர்ந்த ஜலம், இன்னொரு தேன்குழல், இரண்டு வாழைப்பழம், கொதிக்கக் கொதிக்க ஒரு டம்ளர் காப்பி. ஒன்று சொல்வதற்கு மறந்துவிட்டேனே. பத்துப் பதினைந்து ஸ்பூன் அல்வா. போதுமா? இவ்வளவையும் சரிப்படுத்துவதற்கே சரியாக ஒரு நாள் பிடிக்கும்.

ஒரு மணி நேரம் கழித்து - சுமார் ஆறு மணி இருக்கும். மறுபடியும் சுடச்சுட ஒரு டம்ளர் காப்பி வந்து சேர்ந்தது. நானும் என்னால் ஆனமட்டும் வேகமாக வேலை செய்து வந்தேன்.

ஏழு மணிக்கு நம்முடைய சொந்தக்காரர், சிநேகிதர்களைப் பார்க்க வேண்டுமென்று புறப்பட்டார். போன இடமெல்லாம் எனக்கு சம்மானத்துக்குக் குறைவே இல்லை. ஒரு வீட்டில் ஜிலேபி, வடை, கோக்கோ. இன்னொரு வீட்டில் கீர், ஓமப்பொடி, கொதிக்கக் கொதிக்கக் காப்பி. இன்னொரு வீட்டில் சொஜ்ஜி, பகோடா, டீ. இன்னொரு இடத்தில் வேகாத இட்லி, இரண்டு அழுகல் வாழைப்பழம். வேறொரு வீட்டில் ஆரஞ்சுச் சாறு. ஒரு வீட்டில் எலுமிச்சப்பழ சர்பத்து. மற்றொரு வீட்டில் வறுத்த பாதாம் பருப்பு, கற்கண்டு. பத்து மணியோடு வீடு வநது சேர்ந்தோம். என்னால் நிற்கவே முடியவில்லை.

பதினொரு மணிக்கு வடை, பருப்பு, பாயாசம் எல்லாம் முன்னும் பின்னுமாக நிறைய வந்து விழுந்தன. நான் குப்பைத் தொட்டியா என்ன? உருளைக்கிழங்கு வறுவல் மழையாகப் பெய்து கொண்டே இருந்தது. வெள்ளரிக்காய், நெய், புளியோதரை, பொங்கல், பாதாம்கீர், கட்டித் தயிர் எல்லாவற்றையும் கொண்டு திணித்தார்கள். தாங்க முடியவில்லை. உடம்பு வெடித்துப் போகும் போல் இருந்தது.

நெஞ்சு: என்ன கஷ்டம்! என்ன கஷ்டம்!

வயிறு: இதோடு என்னை விட்டார்களா? விடவில்லை. மறுபடியும் மூன்று மூன்றரை மணிக்குப் பாதாம் அல்வா, லட்டு, காராபூந்தி, முந்திரிப்பருப்பு, நிலக்கடலை வந்து சேர்ந்தன. எனக்கு அசையத் திரும்ப இடமில்லை. காபி ஒரு கப் கொதிக்கக் கொதிக்க உயிரே போய் விடும்போல் இருந்தது. அப்பொழுதும் நான் ஒன்றும் சொல்லவில்லை.

நெஞ்சு: உன் மாதிரி பொறுமை யாருக்கு வரும்? அப்புறம் என்ன நடந்தது?

வயிறு : மறுபடியும் எட்டுமணிக்கு தோசை, இரண்டு தயிர் வடை, நிலக்கடலையும் சக்கரையும், ஒரு டம்ளர் குளிர்ந்த ஜலம். நான் பொறுத்துப் பார்த்தேன். என்னால் முடியவே இல்லை. சற்று நெளிந்து கொடுத்தேன். இன்னொருதரம் நெளிந்தேன். அப்பொழுது எட்டரைமணி முதலில் தயிர் வடையும் நிலக்கடலையும் வாபஸ் பண்ணினேன். ஐந்து நிமிஷம் பொறுத்து முந்திரிப் பருப்பையும், பாதாம் பருப்புகளையும் வாபஸ் பண்ணினேன். எட்டே முக்காலுக்கு புளியோதரையும், தோசையையும் திருப்பி அனுப்பினேன்.

நெஞ்சு: நல்ல வேடிக்கை செய்தாய்! அப்புறம்.

வயிறு: வேடிக்கையா? வாபஸ் பண்ணும்போது நான்பட்ட பாடு எனக்குத் தெரியும். பத்திரிகை ஆசிரியரா நான், வந்தனத்துடன் வாபஸ் செய்வதற்கு? ஓடினார்கள் டாக்டர் வீட்டுக்கு. டாக்டர் வீட்டில் இல்லை. மோட்டார் காரைப் போட்டுக் கொண்டு தேடினார்கள். ஒன்பதே கால் மணி இருக்கும். டாக்டரைக் கிளப்பில் கண்டுபிடித்தார்கள். சீட்டு ஓர் ஆட்டம் போட்டு விட்டு அவர் ஒன்பதரை மணிக்கு வந்து சேர்ந்தார்.

நெஞ்சு: பலே! அப்புறம்?

வயிறு: டாக்டர் தட்டிக் கொட்டிச் சோதித்துக் கொண்டிருந்தார். என் சொந்தக்காரருடைய தாயார், கிழவி பார்த்துக் கொண்டே இருந்தாள். அவள், "என் பிள்ளைக்கு வயிறு என்னைப்போல் பலமே கிடையாது. என் அம்மாவுக்கும் அப்படித்தான். அவனுக்கும் ஜீரண சக்தி கிடையாது. இந்த வயதில் கல்லைப் போட்டாலும் செரிக்க வேண்டாமா?" என்றாள். கேட்டாயா?"

நெஞ்சு: கல்லை அவர்கள் தலையில்தான் போட வேண்டும். அப்பொழுது தெரியும்.

வயிறு: அப்படிச் சொல்லு. இன்னும் கேள். பக்கத்தில் சிநேகிதர் ஒருவர் இருந்தார். அவர் சொன்னார், "இந்தச் சனியன் பிடித்த மழைதான் காரணம். எங்கும் நச நச வென்று ஒரே ஈரமாய் இருக்கிறதோ இல்லையோ? அதனால்தா" என்றார். காரணம் எப்படி?

நெஞ்சு: சுத்த முட்டாள்!

வயிறு: அப்புறம் கிழவி இன்னொரு காரணம் சொன்னாள். "பால் திரிந்து போயிருக்கும் அதுதான். கோமா சரியாய்க் கவனிக்க வில்லைபோல் இருக்கிறது" என்றாள். அப்பொழுது பார்க்க வேண்டும் கோமாவை. "என்னைச் சொல்லாவிட்டால் உங்களுக்கு பொழுது போகாது. நானுந்தான் அந்தக் காப்பியைக் கொட்டிக் கொண்டேன். நீங்களுந்தான் குடித்தீர்களே. உங்களுக்கும் எனக்கும் ஒன்றும் செய்யவில்லை" என்றாள். அப்பொழுது டாக்டர் அவர்களைச் சமாதானப் படுத்திக் கொண்டு, 'அதெல்லாம் இல்லை பாட்டி. உங்கள் பிள்ளைக்குப் பித்த சுபாவம் அதுதான். நான் மருந்து அனுப்புகிறேன். ஆறு வேளை மருந்து சாப்பிடட்டும்" என்று சொல்லிவிட்டுப் போய் விட்டார்.

நெஞ்சு: அப்புறம்?

வயிறு: மருந்து வந்து சேர்ந்தது. என்ன கசப்பு! அது என்னைப் போட்டுத் திருகி எடுத்துவிட்டது. அன்றைக்கு நான் பட்ட பாட்டை நினைத்தால் கதி கலங்குகிறது.

நெஞ்சு: நம்மை இப்படியெல்லாம் படுத்திவிட்டுப் போதாதற்கு நம்மை வையவும் செய்கிறார்கள். உன்னை என்ன சொன்னார்கள் என்று சொன்னாய்?

வயிறு: இடும்பை கூர் வயிறாம்! என்னோடு வாழ முடியாதாம். முடியாவிட்டால் எங்கேயாவது போய்த் தொலைகிறது தானே? தீபாவளியை நினைக்கும்போதே எனக்குப் பகீர் என்கிறது.

நெஞ்சு: இந்த உலகத்திலே ஒருவருக்குச் சுகமானால் ஒருவருக்குக் கஷ்டந்தான். இது தெரிந்ததுதானே?

வயிறு: இந்தத் தத்துவந்தான் உன்னிடம் கேட்டேன் போலிருக்கிறது. என் குறையை உன்னிடம் சொல்ல வந்தேனே!

வயிறு இவ்விதம் கோபமாகத் தன்னையும் நொந்து கொண்டு சொல்லிவிட்டு, மேற்கொண்டு பேசாமல் முணுமுணுத்துக் கொண்டே இருந்தது. அது பட்ட பாட்டில் எனக்கு அவ்வளவு நல்ல தூக்கமில்லை. இதுதான் கதை'' என்று முடித்தார் கிருஷ்ணையர்.

''இவ்வளவையும் நீ விழித்துக் கொண்டா கேட்டுக் கொண்டிருந்தாய்?'' என்ற கேட்டார் ராமநாதையர்.

''எனக்கும் பாதி தூக்கம் என்று வைத்துக் கொள்ளேன்.''

''பாதித் தூக்கமானால், இவ்வளவும் ஒன்று விடாமல் எப்படிக் கேட்கும்?''

''அப்படியானால் முழுத் தூக்கம் என்றுதான் வைத்துக் கொள்ளேன். அப்பொழுது எல்லாம் நன்றாகக் கேட்கும் அல்லவா?'' என்று கிருஷ்ணையர் சிரித்துக் கொண்டு சொல்லவே, ராமநாதையர் பொருள் விளங்காமல் விழித்தார்.

உங்களுக்கு விளங்குகிறதல்லவா?

ஆமாம், கனவுதான்; ஆனாலும் உண்மை.

உங்கள் வீட்டில் என்ன பட்சணம்?

☆

வானவில்

வி.ஆர்.எம். செட்டியார்

அறிமுகம்

வி.ஆர்.எம். செட்டியார் தமிழ்ப் பதிப்பாளர்களில் முதல் வரிசையைச் சேர்ந்தவர். ஆங்கிலத்தில் ஃபிட்ஜரால்ட் மொழி பெயர்த்த உமர் கய்யாமின் 'ரூபாயத்' என்ற பிரசித்தி பெற்ற பாரசீகக் கவிதை நூலைப் பதிப்பித்தவர். ரவீந்திரநாத் தாகூரின் 'கீதாஞ்சலி'யைத் தமிழில் மொழி பெயர்த்துத் தானே வெளியிட்டவர். இவர் சிறுகதைகளும் எழுதியிருக்கிறார். அரை நூற்றாண்டுக்கு முன் வெளிவந்த சிறுகதை - 'வானவில்'.

- ஜெயகாந்தன்

காலை ஏழு மணிக்குத் திருச்சியில் ஒரு புதிய காபிக் கிளப்பில் நான் காபி சாப்பிடப் போயிருந்தேன். சலவைக்கல் மேஜையில் தட்டில் பலகாரம் வழங்கினார்கள். சாம்பார்க் கிண்ணத்திலுள்ள சாம்பாரை இட்டிலியின் தலையில் ஊற்றி, நன்றாய் ஊறிய பின், சிறு மூக்குக் கரண்டியால் குத்திப் பிய்த்துத் தின்று கொண்டிருந்தேன்.

பத்து நிமிஷத்தில் ஓர் அபூர்வமான உருவம் என் மேஜைக்கு எதிரேயுள்ள மேஜையில் வந்து உட்கார்ந்தது. அது ஒரு தனி உருவம். உலகம் எங்கும் அலைந்தாலும் அந்த முகத்தைப் போல வேறு முகம் பார்ப்பது அரிது. நல்ல உயரம்; 5 அடி 11 அங்குலம் இருக்கலாம். நான் அவனைக் கவனித்தேன்; அவன் என்னைக் கவனிக்க வில்லை. அவனுடைய முகத்தில் ரோமம் சூறாவளிபோல் சுருண்டு சுருண்டு எங்கும் படர்ந்திருந்தது; கண்கள் இரண்டும் உள்நோக்கி விழித்தன; புருவம் கம்பளிப்பூச்சி போல் நெறிந்தது. நீண்ட மூக்கு; சுத்தமான வட்ட நாசிகள்; தேனைப்போல் துடிக்கும் பொறுமையற்ற மீசை; நீண்ட வெண்ணிறமுள்ள சிறகு போன்ற தாடி; பொத்தானில்லாத மங்கிய மண்ணிறமுள்ள காக்கிச் சட்டை; சாரையும் சர்ப்பமும் கலந்து பின்னிய உருவத்தில் ஒரு நூதனப் பிரம்பு; கண்ணிலே நீலக் கண்ணாடி; தினசரித் தேவைப் பொருள்கள் நிறைந்த துருப்பிடித்த டிரங்குப் பெட்டி - இவ்வளவு கலப்பு வாய்ந்த கதம்ப ஜீவனைக் கண்டு சிறு குழந்தைகளும் நடுங்கி விடும். அவன் தன் முகத்தைத் துடைத்து, பல்லைக் கடித்து, கடிகாரத்தைப் பார்த்துக் கண்ணடித்து விட்டு, விரலால் ஒரு சொடுக்குச் சொடுக்கிக் கொண்டு, பூரியும் கிழங்கும் வேண்டுமென்று உள்ளே வேலையாளுக்குக் கட்டளையிட்டான்.

இட்டிலி முடிந்ததும், வெண் பொங்கல், ரவாதோசைக்கு நான் ஆர்டர் செய்தேன். உயர்ந்த கிளப்பில் வெண் பொங்கலில் நெய்மணம் எழுந்து கூத்தாடியது. அதையும் பொடிக் கரண்டியால் கொஞ்சம் கொஞ்சமாய் எடுத்து அனுபவித்துச் சாப்பிட்டேன். நான் பொங்கலும் தோசையும் சாப்பிட்டு முடிந்ததும், அரைச்சேர் காபிக்கு ஆர்டர் செய்யும்போது அந்த அபூர்வ உருவம் முக்கால் சேர் காபிக்கு ஆர்டர் செய்தது. இருவருக்கும் காபி வந்ததும் கோப்பையிலும் சாசரிலும் ஊற்றிக் கொண்டு ஆற்றிச் சாப்பிடும்போது, அவன் என்னை ஆழ்ந்து கவனித்தான். என்ன நோக்கத்துடன் என்பது எனக்குத் தெரியாது. என் நெற்றியிலுள்ள சந்தனப் பொட்டையும், என் பையிலுள்ள ஜெர்மன் கிராண்டோலியா பென்சிலையும் உற்றுக் கவனித்தான். நான் அவன் தாடியின் மாசற்ற வெண்மையை என் கண்ணின் கூர்மையால் வடிகட்டினேன்.

காபி குடித்து முடியும் சமயம், வெளியில் ஒரு பேரிடி எழுந்து கர்ஜித்தது; மழை பெருவெள்ளமாகக் கொட்டியது; ஓட்டிலிருந்து சாக்கடையில் குதித்த ஜல விஸ்தீரணம் குற்றால நீர்வீழ்ச்சியின் குழந்தையோ என்று சந்தேகிக்க நேர்ந்தது. மழையுடன் ரஸ்தா போரிட்டுக் கொண்டிருந்தது. குட்டித் தோணிகளாகக் குப்பைக் கடுதாசிகள்

சுழன்றோடின. மத்தியில் வானவில் மின்னி மறைந்தது. விண்ணிலே தங்கள் கோர எண்ணங்களை வாரியிறைத்துக் கொண்டு சஞ்சல மேகங்கள் விளையாடின. வானமின்னல், கொடிய பசியுடன் ஆகாசத்தில் ஆங்கிலம் எழுதி எழுதித் துடைத்துக் கொண்டிருந்தது.

கிளப்பைச் சுற்றி மழையின் ஆர்ப்பாட்டம் சூழ்ந்த நிலையில், வெளியே போக முடியவில்லை. குடை இல்லாததால் நானும் புது மனிதனும் தத்தளித்தோம். இந்த நிமிஷம் அவன் லேசாக என்னைப் பார்த்துச் சிரித்தான். அவன் முதலில், ''ஏன் ஐயா, நீங்கள் எந்த ஊர்? உள்ளூர்தானே? நாமக்கல் பஸ் எத்தனை மணிக்குப் புறப்படுகிறது தெரியுமா?'' என்றான்.

நான், ''எனக்கு அது சரியாத் தெரியாது. ஆனால், உத்தேசமாய் 9 மணிக்குப் புறப்படும்'' என்றேன். அதற்குள் கிளப்பு முதலாளி ஐயர், ''இல்லை, சார். 8.30 மணிக்கெல்லாம் கண்டிப்பாய்ப் புறப்படுகிறது'' என்றார். இதைக் கேட்டதும், தான் இந்த மழையில் போகமுடியா தென்றும், இரவு போகிற பஸ்ஸில்தான் போக வேண்டும் என்றும் அவன் தீர்மானித்து விட்டான்.

''அடியோடு மழை நிற்கிற வரையில், நானும் இங்கேதான்'' என்று நான் சொன்னேன்.

அதன்பின், அவன் மெள்ள என்னை நெருங்கி, என் குருச்சிக்கு அடுத்த குருச்சியில் வந்து உட்கார்ந்தான். நெருங்கி வந்தபோது அவனது உருவம் கொஞ்சம் பெரிதாயும், பயங்கரமாயும் தெரிந்தது. அவனுடைய தாடி என்னைத் தொட்டு விடுமோ என்று நடுங்கினேன். லேசு லேசாகப் பேச ஆரம்பித்தவன், நீண்ட கதையாகச் சொல்ல ஆரம்பித்து விட்டான். முதலில் பத்திரிகையிலிருந்து வெட்டிய ஒரு பெண்ணின் போட்டோப் படத்தைக் காட்டினான். அதில் 'காணாமல் போன மனோரஞ்சிதம்' என்று எழுதியிருந்தது. அதைக் காட்டி ''இந்தப் படத்தை பார்த்தீர்களா? எப்படி தோன்றுகிறது'' என்று கேட்டான்.

''எனக்கு ஒன்றும் தோன்றவில்லையே.''

''அந்தப் பெண் எப்படிப்பட்டவளாயிருந்திருக்கக் கூடும்? வயது என்ன இருக்கலாம்?''

''நல்ல பாலியந்தான்; வயது 25 இருக்கலாம். குணத்தைப் பற்றி எனக்கு என்ன தெரியுமா? அதுவுந் தவிர ஓர் உருவத்தைப் போட்டோப் பிடித்து, அதிலிருந்து பிளாக் செய்து, கெட்ட மையில் அவசரமாய் மட்டமான காகிதத்தில் அச்சிட்டிருக்கும் போது மூல

உருவம் சீரழிந்து சிதறித்தானே கிடக்கும்? இந்த நிலையில் நான் வயசைப் பற்றிச் சொன்னது கூடத் தவறு என்றே நினைக்கிறேன். ஆனால், தோற்றம் அழகாயிருக்கிறது; முகம் சூழ்ச்சி செய்யும் முகம்போல் தெரிகிறது.

உடனே அவன் தலையைக் கொஞ்சம் ஆட்டிக் கொண்டு, என்னிடம் பின்னும் நெருங்கி வந்தான். எனக்குப் பயம் அதிகரித்தது. ஆனால், என் கண்கள் துடிக்காமல் கம்பீரமாய் மின்னிக் கொண்டு தான் இருந்தன.

அதன்பின் அவன் தொடர்ந்து பேசலானான்:

''இந்த மனோரஞ்சிதத்தை எனக்கு நன்றாய் முதல் முதலில் தெரியாது. நான் ஒரு கிராமவாசி. சமீபத்தில் செம்பட்டில் நீண்ட நாள் வசித்து வருபவன். அவள் ஒரு நாள் காலை ஏழு மணிக்கு மாம்பழம் விற்க வந்தாள். மாம்பழங்கள் தங்கம் போல் மின்னின. அவள் முகமும் மாம்பழ நிறத்தில் மின்னிப் பொலிந்தது. காலைச் சூரியன் அவள் கண்ணின் ஜலத்தில் மிதந்தான். நான் ஒருவிதமாய்ச் சிரித்ததும், எனக்குக் கூடையில் மிச்சமிருந்த மாம்பழங்களை, மிகக் குறைந்த விலைக்குத் தந்தாள். அவளது அழகில் மடிந்த நான், அவளுடைய உருவத்தை அதிகமாகக் கவனித்துக் கொண்டிருந்த நிலையில், ஒரு மாம்பழத்தை அவளையே தோல் சீவி நறுக்கித் தரச் சொன்னேன். அவள் நுட்பமாய் ஒரு மாம்பழத்தைத் தோல் சீவிக் கொண்டிருந்த போது, அவள் கையின் தந்த நிறமும், விரலின் விசித்திரக் கூர்மையும், தோல் சீவிய பழம் ரத்த இருதயம் போல் அவள் கையில் துடிப்பதையும் கண்டு நான் உள்ளம் பறி கொடுத்தேன். அவள் அதன்பின் சில்லறையை வாங்கிக் கொண்டு ''சாமி, போயிட்டு வறேங்க'' என்று தேன் குரலில் சொன்ன வார்த்தைகள் மொழிக்கு மொழி தித்தித்தன.

''என்னால் உணர்ச்சி தாங்க முடியவில்லை. அந்தக் கட்டழகியை என் வீட்டில் வேலைக்குச் சேர்த்து வைக்கலாமா? என்று எண்ணினேன். என் மனைவி இறந்து வருஷம் ஒன்றாகிவிட்டது. வீட்டில் ஒரு பெண் உதவிக்கு இருந்தால், நல்லதுதானே என்று நினைத்து மாதம் ஒன்றுக்குச் சாப்பாட்டுடன் ரூ. 5 சம்பளம் தருவதாகவும் ஒழுங்காய் வேலை பார்க்க வேண்டுமென்றும் அவளிடம் சொன்னேன். கொஞ்ச நேரம் யோசனை செய்துவிட்டு இதற்கு அவள் ஒப்புக் கொண்டாள்.

''அவள் நெல்லுக் குத்திக் கொண்டிருந்த சமயம் பைத்தியம் பிடித்த அறையிலே பூட்டி வைத்திருந்த என் தங்கை திடீரென்று உள்ளே குதித்து 'வீல்' என்று இடிக் குரலில் கதறினாள். இதைக் கண்டு வேலைக்காரி குடல் நடுங்கினாள். அதன் உண்மையைச்

சொன்ன பின், மன அமைதியுடன் வேலை பார்த்து வந்தாள். என் மனம் நாளடைவில் அவளுடன் கலந்துவிட்டது; காதலும் கொண்டேன். அவள் அதை ஏற்றுக் கொண்டாள். எங்கள் வீட்டில் கிணறு இல்லை. அதனால் வீதியில் கொஞ்சம் தூரம் போய்த் தண்ணீர் உள்ள கிணற்றில்தான் தண்ணீர் இறைக்க வேண்டும்.

"அவள் வெளியே ஒரு நாள் தண்ணீர் கொண்டு வர அந்தக் கிணற்றுக்குப் போகும்போது, யாரோ ஓர் அயலூர்க் கள்ளன் இந்த மூக்காயியை (இதுதான் அவளுடைய பழம் பெயர்; மனோரஞ்சிதம் என்பது நான் இட்ட புதுப்பெயர்) கவனித்து விட்டான். நான் ஒரு நாள் மணப்பாறைக்குப் போயிருந்த துப்புத் தெரிந்து, அந்தக் கள்ளன் சில ஆட்களுடன் இரவிலே பன்னிரண்டு மணிக்கு வந்து என் வீட்டு ஓட்டைப் பிரித்து உள்ளே இறங்கி, என் கட்டழகி மனோ ரஞ்சிதத்தைத் திருடிக் கொண்டு போய்விட்டான். இந்த விஷயம் எந்த அளவு உண்மையென்பது எனக்கு நன்றாய்த் தெரிய வேறு வழியில்லை; என் பைத்தியம் பிடித்த தங்கை மூளை தெளிந்திருந்த கொஞ்ச நேரத்தில் இதைக் கவனித்திருக்கிறாள். ஆனால், பைத்தியம் எந்த அளவு உண்மை சொல்லும் என்பதை ஸ்ரீரங்கநாதன்தான் அறிய முடியும். ஒருவாறு அந்த மூக்காயி என்ற மனோரஞ்சிதமேதான் இப்படிச் சூழ்ச்சி செய்து தப்பியோடி இருப்பாளோ என்னவோ தெரியவில்லை. ஐயோ! அந்த ஏழை மாம்பழக்காரியிடம் நான் கண்ட அழகை அனுபவிக்கக் கூடப் பாழும் தெய்வத்துக்குச் சம்மதமில்லையே!"

இந்த நிலையில் அவன் காபிக் கிளப்பில் ஒப்பாரி வைத்து விடுவானோ என்று நான் நடுங்கி, அவனுக்குச் சமாதானம் சொன்னேன்.

"ஏன் அப்பா? நடந்தது நடந்து போச்சு. மத்தியில் வந்தது மறைந்து விட்டது. வாழ்க்கை ஒரு வானவில். மின்னி மறையும் இயல்புடையது. நிகழ்ச்சிகள் நீர்க் குமிழிகள். ஆகையால் அழுவது அழகல்ல. பத்திரிகையில் இந்தப் போட்டோ எப்படி வந்தது தெரியுமா?"

"அதுவா, நான் படம் கொடுத்துப் போடச் சொல்லவில்லை. ஏன் என்றால் காலம் சரியாயில்லை. சட்டம் சரியாயில்லை. மனச்சாட்சியும் சட்டமும் நீதி மன்றத்தில் குஸ்தி போடுகின்றன. அதுவும் தவிர, சாட்சிகளுக்குப் பணம் கொடுக்க என்னிடம் பணம் இல்லை சாமி. இதைத் தெய்வந்தான் கேட்க வேண்டு மென்றிருந்தேன். என் குல தெய்வத்தினிடம் அடிக்கடி முறையிட்டேன். யாருடைய ஏற்பாட்டினாலோதான், இந்த போட்டோ இப்படிக் கள்ளத்தனமாய்

உருண்டு வந்திருக்கிறது. இது அந்தக் கள்ளனின் சூழ்ச்சியோ அல்லது மனோரஞ்சிதமென்ற மூக்காயியின் சதியோ, அல்லது பத்திரிகைக் காரர்களின் மோசடிதானோ தெரியவில்லை. எங்கள் வீதியில் சிலர் பார்த்தார்கள். இப்போது போலீஸ் புலிகள் என்னை நேற்று முதல் தேடி அலைவதாகத் தெரிகிறது; அதற்காகத்தான், (ரகஸ்யமாய்) நான் இந்தப் பொய்த் தாடி வைத்திருக்கிறேன்'' என்று சொல்லி அவன் இன்னுங் கொஞ்சம் நெருங்கி வந்து, ''ஆமாம்; ஏன் சாமி, இந்தப் போலீஸ்காரன் என்னைத் தேட வேண்டும்?'' என்று மெல்லிய குரலில் கேட்டான்.

''எனக்கு எல்லாமே விசித்திரமாயிருக்கிறது. ஒரு வேளை அந்த ஸ்திரீ பெரிய மாயக்காரியாயிருப்பாளோ, என்னவோ!'' என்றேன் நான்.

''ஐயோ! அவளை நான் மறுபடியும் பெறுவேனா?'' என்று மீண்டும் புலம்பிப் பெருமூச்சுடன் அந்தப் படத்தை உற்றுப் பார்த்தான் ஆசாமி.

நான் சொன்னேன்: ''என்ன அப்பா, உன் தலைக்குப் பாக்குப் பிடித்த இந்தப் பிசாசு ஓடிப் போனால் என்ன! வேறு கல்யாணம் செய்து கொண்டால் போகிறது. நீ மாத்திரம் கொஞ்ச நாளைக்கு உஷாராக இருக்க வேண்டும். உன் வீட்டில் அவள் சம்பந்தமான சாமான் எதுவும் இல்லாமல் எடுத்து எறிந்து விடு. ஏன் என்றால் போலீஸ்காரர் வந்து சோதனை போட்டால், ஒரு சிறு தூசி அகப்பட் டாலும் அது உன் கழுத்துக்குச் சுருக்காக வந்துவிடும். தெரிந்ததா?''

''ஆமாம். நல்ல யோசனைதான் சாமி! நான் அவள் சம்பந்தமான அடையாளம் எதுவும் இல்லாமல், தூக்கி எறிந்து விடுகிறேன். அவள் எனக்குத் தந்த கிலிட்டு மோதிரம் ஒன்று இருக்கிறது. அதையும் வைத்துக் கொள்ளப்படாதோ? அவள் ஞாபகமாக அது ஒன்றுதான் வைத்திருக்கிறேன். என் மோதிர விரலுக்கு நன்றாய்ச் சேருகிறது. அதையும் எறிந்துவிட வேண்டுமோ, சாமி? கொஞ்சம் சொல்லுங்கள்.''

''அடே மடையா! அந்த வளைய மோதிரம் உனக்கு எமன், தெரிந்ததா? அதை இங்கே தா. நான் இந்தச் சாக்கடையில எறிந்து விடுகிறேன். உன் விரலில் மின்னிக் கொண்டிருந்தால், அது போதுமே உன்னைக் கண்டுபிடித்து ஹிம்சை செய்ய. அந்த மோதிரத்தை, உனக்குப் பின் நேரும் சிறைச் சின்னம் என்று கருதி, உடனே கழற்றித் தந்துவிடு, தெரியுமா?''

மிகுந்த மன வருத்தத்துடன் அந்த மோதிரத்தை அவன் கழற்றித் தந்தான். பெரும் மழை வெள்ளம் ஓடும் சாக்கடையில், அதை நான் எறிந்து விட்டேன். அந்த மோதிரம் சாக்கடையில் மின்னும் நிலையைக் கண்ட அவன் அழ ஆரம்பித்தான்.

நான் மறுபடியும் அவனுக்குச் சமாதானம் சொல்லித் தேற்றிய பின், அவன் சொல்லலானான்: ''இறந்துபோன என் மனைவியின் நகைகள் எல்லாவற்றையும், மனோரஞ்சிதத்தின் கழுத்திலும், காதிலும் நான் போட்டுப் பார்த்தேன். அவளைவிட இவளுக்கு அவை நன்றாய்ப் பொருந்தியிருந்தன. இப்போது, இந்த நீலி, இந்தச் சண்டாளி, அந்த நகைகளுடன் ஓடிப்போய் விட்டாளே; என்ன செய்வேன்! அந்த நகைகள் என்னிடம் இப்போது இருந்தாலும், வேறு கல்யாணம் செய்துகொள்ள முடியுமே. நகையில்லாமல், சொந்தக்காரர் பெண் கொடுக்க மாட்டேன் என்கிறார்கள் சாமி. நகைக்கும் காதலுக்கும் என்ன சாமி சம்பந்தம்?

★★★

மணி ஒன்பது அடித்தது. மழையும் ஓய்ந்து, சூரியன் உயர்ந்து எரிமலையின் தங்கக் குழம்புபோல கிரண ஜோதியைக் கொட்ட ஆரம்பித்து விட்டான். இருவருடைய காபிப் பலகார பில்லுக்கும் சேர்ந்து நான் பணம் கொடுத்துவிட்டு வெளியே வந்ததும், ''அண்ணே! என்னை மறந்திடாதிங்க?'' என்று சொல்லிவிட்டு அவன் அகன்றான்.

மாலையில் நான் மறுபடியும் அந்தப் பக்கம் சென்றபோது, அந்தத் தாடி ஆசாமி மீண்டும் அங்கே வந்து சாக்கடை அருகிலே நின்று எதையோ தேடிக் கொண்டு இருந்தான்.

''என்னப்பா இது? மோதிரத்தையா தேடுகிறாய்?''

அவன் மென்று முனகிக் கொண்டு ''ஆமாங்க. அதில்லாமல் என்னால் வாழ முடியாதுங்க'' என்று பரிதாபமாய்ச் சொன்னான்.

''உன் தலையெழுத்து. சரி; ராத்திரி வண்டியில் கண்டிப்பாய் ஓடிவிடு'' என்று நான் புத்திமதி சொல்லிவிட்டு நகர்ந்தேன். ஆனால், அதை அவன் செவி கொடுத்துக் கேட்டதாகவே தெரியவில்லை. இன்னும் விழுந்து விழுந்து வெகு ஊக்கமாக அதைத் தேடிக் கொண்டு இருந்தான். அவனுக்கு இவ்வளவு பித்துப் பிடிக்கச் செய்த அந்த மாம்பழக்காரி எப்படித்தான் இருப்பாளோ? அவள் எங்கேயாவது அகப்படுவாள் என்று நான் ஆவல் கொண்டேன். ஆனால், இதுவரையில் காணவில்லை. வானவில் கைக்கு அகப்படுமோ?

பிரிவு

அ. சீநிவாசராகவன்

அறிமுகம்

பேராசிரியர் திரு. அ. சீநிவாசராகவன் ஆங்கிலப் புலமையும், தமிழ் புலமையும் மிக்க அறிஞர். பல சிறந்த தமிழ் எழுத்தாளர்கள் அவரது மாணவராக இருந்தோர், 'சிந்தனை' என்ற பெயரில் தரமான இலக்கிய இதழினைச் சுதந்திரத்துக்கு முந்தைய காலத்தில் நடத்தியவர். அவரது இந்தச் சிறுகதை, சிறுகதை இலக்கணத்துக்கு உதாரணம். உருவமும் சொல்லாட்சியும் என்ன நேர்த்தியாக அமைந்துள்ளன என்பதைத் தேர்ந்த இலக்கிய ரசிகர்கள் உணர முடியும். 'கூண்டில் அடைப் பட்டுத் தவிக்கும் மனித வாழ்க் கையின் துடிப்பு' என்று முடியும் இந்த 'பிரிவு' சிறுகதை, தமிழில் வெளியான மிகச் சிறந்த சிறுகதை களுள் ஒன்று - என்று படித்த காலத்திலேயே வியந்துள்ளேன். படித்துப் பாருங்கள்.

- ஜெயகாந்தன்

அந்தச் சவுக்குத் தோப்புக்குள் போவது, பழைய காலத்து மண்டபத்திற்குள் போவதுபோல இருந்தது. அதே கம்பீரம்; அந்த நிம்மதி; அந்தத் தனிமை; உலகமும், அதன் ஓயாப் பரபரப்பும், சஞ்சலமும் கழன்று விழுந்து விட்டது போன்ற நினைவு.

உயர்ந்த வயசான மரங்கள். இராவணன் மீசையையும் மணலையும் தூவி விளையாடி, கடற்கரைப் பரப்பின்மேல் தவழ்ந்து வந்த காற்று, இந்தத் தோப்பை அடைந்ததும் அசைவற்று நிற்க, மேலே தணிந்த குரலில் குழந்தையிடம் பரிவாகப் பேசும் தாயைப் போல், அந்த வயசு சென்ற மரங்கள் ஏதேதோ பேசின. தோப்புக்கு வெளியே மாலை வெயில் மறைந்து கொண்டிருந்தது. உள்ளே இருட்டும் ஒளியும் இல்லாத ஒரு மங்கல்; அதோடு கலந்து கடற்பாசி; ஈரமண், மல்லிகை இம்மூன்றின் வாசமும் சேர்ந்து தோப்பின் சுவாசமென உலாவிய ஒரு மணம்.

முதிர்ந்த மரமொன்றின் கீழிருந்து மனத்தில் பாய்ந்த தெளிவற்ற எண்ண நிழல்களை உருவாக்க முயன்று கொண்டிருந்தேன். சொறி நாய் ஒன்று, தூரத்திலிருந்து செம்படவர் குப்பத்திலிருந்து வந்திருக்க வேண்டும்; அது தோப்புக்குள் நுழைந்து என்னை வெறித்துப் பார்த்துவிட்டு மறைந்தது.

மாலையின் வெளிச்சம் மறையவே, தோப்பு இன்னும் இருண்டது. மேலே சவுக்கு மரங்களின் மந்திரம்; தூரத்திலே கடலின் முனகல்; மல்லிகை மணம். சாந்தியின் ஆதிக்கத்திலே மனம் தன்னையே நோக்கித் திரும்பிக் கோவையற்ற நினைவுச் சிதைவுகளின் குழப்பத்தில் தோற்றுப் போதையில் முழுகியது. ஒவ்வொரு நினைவும் தோன்றும்போது ஒய்யாரமாக நடந்துவரும்; ஆனால், மங்கிய குருட்டு நிலவிலே, மெல்லிய லாவண்யமான போர்வை போர்த்தி, முகத்தை மறைத்து நடந்துவரும் பெண்ணொருத்தியைப் போல் வரும், இதோ பிடித்து விட்டேன். உன் முகத்திரையை நீக்கி உன் அழகைப் பருகுவேன், என்று கையை நீட்டினால், பரிகாசச் சிரிப்போடு உருக்கரைந்து விடும். இம்மாதிரி, நினைவுகள் வருவதும், சோம்பலான என் மனம் கிட்டவா பார்க்கலாம் என்பதும் மெல்ல எட்டிப் பிடிக்க முயல்வதும், தோல்வியடைவதும் மாறி மாறி நிகழவே, அதிலெழுந்த லாஹிரியிலே என்னை மறந்து லயித்திருந்தேன்.

எனது சமாதியைக் கலைத்தது அந்த நாயின் குரைப்பொலி; நன்றாக இருட்டிவிட்டது. ஆனால், கீழ் வானத்திலே சந்திரோ தயத்தின் கட்டியத்தை இரண்டொரு வெள்ளிக் கோடுகள் பாடின. நாய் மறுபடி குரைத்தது. சவுக்குக் கிளைகளில் பல பறவைகள் சந்தடி செய்தன. யாரோ வருகிறார்கள் என்று நினைத்தேன்.

ஆம். யாரோ இருவர், மெல்ல நடந்து வந்த சவுக்கு மர மண்டபத்தின் அடுத்த அங்கணத்திலிருந்த சிறிய மணல் மேட்டில் உட்கார்ந்தனர். சிறிது நேரம் அவர்கள் பேசவில்லை. பிறகு ஒரு குரல் பேசியது.

"இதற்கு என்ன முடிவு?"

ஒரு பெண் குரல் பதில் அளித்தது.

"அதுதான் முடிவாய் விட்டதே. ஆறு வருஷங்களுக்கு முன்பே."

"ஐயோ! அதையேன் இப்போது சொல்கிறாய்! ஆறு வருஷங்களுக்கு முன் ஒன்றும் முடிவாகவில்லை. அப்போதுதான் ஆரம்பித்தது இந்த நரக வேதனை. இதை முடிக்க வேண்டும் என்கிறேன். என்ன சொல்கிறாய்?"

"என் வார்த்தையால் முடிவடைந்து விடுமா?"

"நிச்சயமாக. சரியென்று மட்டும் சொல். மற்றதை நான் பார்த்துக் கொள்கிறேன்."

இதற்குச் சிறிது நேரம் பதில் இல்லை. எழுந்து போய் விடுவோமா என்று திரும்பினேன். கிழக்கே, சந்திரோதயமாகி விட்டது என்பதற்கு அடையாளமாக மெல்லிய வெள்ளித்திரை வானத்தில் படர்ந்திருந்தது. நான் எழுந்திருப்பதற்குள் மிகவும் தணிந்த பெண்ணின் குரல் ஒலித்தது. சவுக்குமர ஓசையோடு ஓசையாய் வார்த்தைகள் கலந்தன. அவற்றில் தொனித்த விவரிக்க முடியாத ஒரு பரிதாபம் என்னை இருந்த இடத்திலேயே இருத்தியது.

"எதற்குச் சரியென்ன வேண்டும்?"

"ஒன்றுக்கும் இல்லை. என்னோடு வந்துவிடு. இன்றிரவு நாம் ஊர் போய்விடலாம். உனக்குத்தான் போய் ஒரு மாசம் இருப்பதற்கு அவர் உத்தரவு கொடுத்து விட்டாரே?"

"போனால்..?"

"இதென்ன கேள்வி? போனால், ஆறு வருஷங்களுக்கு ஒரு மாசம் பிராயச்சித்தம் செய்வோம். கொஞ்சமாவது சந்தோஷ மாயிருப்போம். அப்பொழுது நீங்கள் தங்கியிருந்தீர்களே, அதே வீட்டில் இப்போதும் இருக்கலாம். இப்போது காலியாய்த்தான் இருக்கிறது. வேறொருவருக்கும் வாடகைக்குக் கொடுக்க எனக்கு மனம் வரவில்லை. அந்த வீடும், அதன் முன்னே இருக்கும் நந்தியா வட்டைச் செடிகளும்... சில சமயங்களில் அதைப் பார்க்கும்போது எனக்குப் பைத்தியம் பிடித்துவிடும்போல் இருக்கிறது. வா, வந்து விடு. ஒரு மாசத்திற்காவது..."

"பிறகு?"

"பிறகா? இங்கே பார். உனக்கு உண்மையிலே என் பேரில் பற்றில்லையா? இருந்தால் இப்படியா பேசுவாய்?"

பெண் மெல்ல நகைத்தாள். அந்தச் சிரிப்பிலேதான் என்ன துயரம், எவ்வளவு வாழ்க்கை அனுபவம்!

"அதற்குள்ளாகவா நாம் சண்டை போட வேண்டும்?"

அவனுடைய குரல் மாறியது.

"இல்லை, ராஜம். எனக்குள்ள தாபத்தில் பேசினேன். அவ்வளவு தான்."

"என்னுடைய கேள்விக்குப் பதில் இல்லையே. புறப்பட்டு விடுகிறேன். பிறகு? ஐந்தாறு நாட்களுக்குச் சந்தோஷ வெறி. பிறகு தீராத கசப்பு. அவ்வளவுதானே? இத்தனை வருஷங்களாக அடக்கி வைத்து, உள்ளே குமுறுகின்ற தணல் ஜ்வாலையாகிவிடும். என்னை எரித்துவிடும். அதைப்பற்றி எனக்குக் கவலையில்லை. ஆனால், அது உங்களையும் சுடும். உங்கள் வாழ்க்கையைப் பாழாக்கிவிடும். என்ன மிஞ்சும் தெரியுமா? வெறும் சாம்பல். அவ்வளவுதான்... என்னை மறந்து விடுங்கள்."

அவள் எழுந்து நின்று ஆத்திரமாகப் பதிலளித்தாள்.

"இல்லை, நீ சொல்லுவது தவறு. ஒரு மாச காலத்திற்கு ஒருவரை ஒருவர் தவிர மற்றெல்லாவற்றையும் மறப்போம். பிறகு இந்த ஞாபகம் போதும், உனக்கும் எனக்கும் சாந்தியளிக்க."

"இருக்கட்டும். நான் உங்களைச் சில கேள்விகள் கேட்கிறேன். என்ன?"

"கேள்."

"ஏன் இத்தனை நாளாக இதை என்னிடம் சொல்லவில்லை?"

"எப்படிச் சொல்கிறது? உன்னிடம் பேசக்கூட இத்தனை நாளாக முடியாதே! உன் மனசு கொஞ்சமாவது தெரிந்தால்தானே நான் பேச முடியும்?"

"அதாவது என்னுடைய மனசு எனக்கு... உங்களிடம் எனக்குச் சொல்லத் தெரியவில்லை. என் மனசு தவறிவிட்டது என்று தெரிந்த பிறகுதான் உங்களுக்குப் பேசத் தைரியம் வந்ததோ?"

"தவறிவிட்டதென்று சொல்வதன் அர்த்தம் எனக்குப் புரியவில்லை."

என் சிந்தையைக் கவர்ந்த நூல்கள் – ஜெயகாந்தன்

"உங்களை நான்... உங்களிடம்... இப்போது உங்களிடம் இந்த மாதிரியே பேசுவதுகூடத் தவறுதானே?"

"எப்படி?"

"உங்கள் வீட்டுக்காரியிடம் உங்களுக்கு அன்பில்லையா? நான் என்ன சொல்லுகிறேன் என்றால்..."

"புரிந்துவிட்டது. நீ கூச்சப்படுகிறாய். நான் சொல்லி விடுகிறேன். அவளிடம், கமலாவிடம் நான் பிரியமாய்த்தான் இருக்கிறேன். ஏன் தெரியுமா? அவள் ஒரு பாவமும் அறியாதவள். அவள் என்னைக் கல்யாணம் செய்து கொண்டது அவள்பேரில் குற்றமா? அவளை எப்படி என் குற்றத்திற்காகத் தண்டிப்பது? ஆனால்... ஆனால்..."

"ஆனால் என்ன?" என்று மெல்லக் கேட்டாள் அந்தப் பெண்.

"சொல்ல வேண்டுமா, ராஜம்?"

அவள் பேசினாள். குரல் தணிந்து உணர்ச்சியால் கரகரத்து விட்டது.

"சொல்லி விட்டீர்கள். ஆனால், எத்தனை தரம் வேண்டுமானாலும், திரும்பத் திரும்பக் கேட்க வேண்டும்போல் இருக்கிறது. கமலா பாக்யசாலி; புண்யவதி. உங்களைப் பெறத் தவங்கிடந்திருக்க வேண்டும். நானோ... நான்... நான்... ஐயோ என்னால் பேச முடியவில்லையே! நான் எப்படிச் சொல்லுவேன்! எப்படி என் மனசைத் திறந்து என்னைச் சித்திரவதை செய்கிற இந்த ஆசையையும் வருத்தத்தையும் கொட்டுவேன்... என்னை மறக்க மாட்டீர்களே? சொல்லுங்கள். மாட்டேன் என்று சொல்லுங்கள்.. என் மனசு வெடித்து விடும்போல் இருக்கிறது."

அவள் விம்மியழத் தொடங்கினாள். அந்தச் சவுக்குத் தோப்பின் சுருதியிலே மனித வருக்கத்தின் ஓயாத் துயரமெல்லாம் ஒன்றாக வடித்த புலம்பலென அவள் அழுகை மிதந்தது.

என்னால் பொறுக்க முடியவில்லை. மெதுவாக எழுந்தேன். நிலாப் பாளமொன்று தோப்பில் புகுந்து அவ்விருவரும் தங்கி யிருந்த மணல் திட்டின் பேரில் விழுந்தது. சவுக்கு மரங்கள் மறுபடியும் உருப் பெற்றன. எழுந்து போவதென்றால் அவர்களைக் கடந்து செல்ல வேண்டும். அதை எப்படிச் செய்வது? அவர்களுடைய தனிமையை, துயரத்தை, கலைத்து அந்தச் சந்திப்பில் தூய்மையைக் குலைக்கத் தயங்கினேன்.

தொகுப்பு: கோ. எழில்முத்து

அவன் ஒரு கண நேரத்திற்குக் கல்லாய்ச் சமைந்து நின்றதைப் பார்த்தேன். பிறகு பைத்தியம் பிடித்தவன் போல அவளைப் பற்றி, முகத்தை மறைத்த அவள் கைகளை விலக்கி, "அழாதே... ராஜம்... அழாதே, இங்கே பார்" என்றான்.

அவள் அழுகையை அடக்க முயன்றாள். தன்னை விடுவித்துக் கொண்டு சிறிது பின்னால் நகர்ந்தாள். ஆனால், துக்கம் நெஞ்சை யடைக்க, "ஐயோ... என்னால் முடியவில்லை. என்னை மட்டும் விட்டுவிடாதீர்கள். எனக்கு இனிமேல் தாங்காது" என்று அரற்றி அவன் பேரில் சாய்ந்தாள்.

"போய்விடுவோம்... வா" என்றான் அவன்.

சிறிது நேரத்திற்குச் சவுக்கு மரத்தினிடையே படர்ந்த அந்த நிலவு பாதையில் இருவரும் தம்மை மறந்து நின்றனர்.

"வருகிறாயா?"

அவள் சரியென்று தலை அசைத்தாள். இன்னும் அழுது கொண்டிருந்தாள். அவள் முகத்தை நான் பார்க்க முடியவில்லை. புயற் காற்றிலிருந்து அப்போதுதான் விடுபட்ட கடலின் குமுறல்போல் இருந்தது அவளுடைய விம்மல். அடிக்கடி அவள் தேகம் நடுங்கியது. மெல்ல அவளைத் தன் பிடியிலிருந்து விடுவித்து விட்டு அவன் பேசினான். அன்பும் தீரமும் கலந்த வார்த்தைகள்.

"இங்கே பார், ராஜம். வருகிறேன் என்றாய். ஆனால் வந்தால், ஒரு மாசத்திற்கல்ல, இரண்டு மாசத்திற்கல்ல. என்னோடு வாழ்நாள் முடியும்வரை இருக்க வேண்டும். என்ன சொல்லுகிறாய்?"

அவள் பதில் சொல்லவில்லை. அவன் தொடர்ந்து பேசினான்.

"என் பேரில் தவறு, ராஜம். இன்று சாயங்காலம் என்னை மறந்து பேசிவிட்டேன். ஒரு மாச காலமாவது உன்னோடு இருப்போமா என்று..."

"என்ன அற்பத்தனம். அதில் உன்னைப் பங்காளியாக்க முயன்றேன். வலையிலிருக்கிறோம் மீன்களைப் போல். விடுதலை யென்பது தலைக்கு வந்தபின்தான். அடுத்த ஜன்மத்தில் இதைத் தெரிந்தும் உன்னிடம் பேசியது தவறு... இரு. நான் முடித்து விடுகிறேன். நான் சாகும் வரையிலே நீதான் என் மனத்திலே ராணி. ஆனால், நீ அவனுடைய மனைவி. நான் அவள் புருஷன். போய் வருகிறேன். நானும் நீயும் சட்டென்று நம்முடைய நிலைமையை

மறந்துவிட்டோம். ஆனால் ஒன்று தெரிந்து கொண்டோம்; ஆசையின் பேதைமையை கொஞ்ச காலத்திற்கு மாத்திரம் என்னோடு இருப்பது முடியாத காரியம். அதனால் தீராத வெறுப்பும் கசப்புந்தான் விளையும். என்னோடேயே இருப்பதும் முடியாது. உன் புருஷன், கமலம் இவர்கள் வாழ்க்கையில் நிரந்தரமான சூன்யத்தை ஏற்படுத்தி அந்த அஸ்திவாரத்தில் எந்தக் கோட்டையைக் கட்ட முடியும்? என்னை விட நன்றாய் வாழ்க்கையைத் தெரிந்து சொன்னாய். நீ சொன்னது சரி. நாலு பேர்களுடைய வாழ்க்கை சாம்பலாகும்... ஆறு வருஷங்கள் ஒருவர் மனசை ஒருவர் அறியாமல் இருந்தோம். நீ என்ன நினைப்பாயோ என்று நான் பேசவில்லை. நான் என்ன நினைப்பேனோ என்று நீ பேசவில்லை. இப்போது தெரிந்து கொண்டோம் பிரிய வேண்டுமென்று."

அவன் பேசிக் கொண்டிருந்த போது சிறிது நேரத்திற்குக் குனிந்த தலையோடு நின்று கொண்டு இருந்தாள். பிறகு மெல்ல நிமிர்ந்து நின்றாள். அழுகை நின்று விட்டது. பேசி முடிந்ததும் தீர்மானமான குரலில், "போய் வாருங்கள்; நான் பாக்யசாலி" என்று தரையிலே விழுந்து வணங்கினாள்.

"வரட்டுமா?" என்று மெல்ல அவளைத் தூக்கினான்.

"என்னைத் தொடாதேயுங்கள்" என்று மெல்லச் சொன்னாள் அவள்.

திடீரென்று திட்டமான முடிவுக்கு வந்தவன்போல், "வருகிறேன்" என்று சொல்லிவிட்டுக் கொஞ்சம் தயங்கி, பிறகு வேகமாகத் தோப்புக்குள் மறைந்தான்.

அங்கேயே நின்று கொண்டிருந்தாள் அவள். எதையோ தேடுவதைப்போல் சுற்றும் முற்றும் பார்த்தாள். தரையிலே விழுந்து அவன் நின்ற இடத்தைக் கையால் அணைத்தாள். பிறகு, முகத்தை மூடிக் கொண்டு அங்கேயே அந்த நிலையில், சவுக்கு மரங்களின் பைத்தியச் சலசலப்பின் கீழே அவள் கிடந்தாள்.

தூரத்திலே நாய் குரைத்தது. தோப்பை விட்டுச் சந்தடி செய்யாமல் வெளியே வந்தேன். சோகமும் பெருமிதமும் கலந்த எழுச்சியொன்று என்னுடன் வந்தது. அந்தத் தோப்புக்குள் நான் விட்டு வந்தது இரண்டு உடைந்த உள்ளங்கள். கூண்டில் அடைபட்டுத் தவிக்கும் மனித வாழ்க்கையின் *துடிதுடிப்பு.*

தொகுப்பு: கோ. எழில்முத்து

கடற்கரை மோகினி

நாடோடி

> **அறிமுகம்**
>
> ஒரு காலத்தில் தமிழக வாசகர் மத்தியில் மிகப் பிரபலமாக அறியப்பட்ட பெயர் 'நாடோடி'. நாடோடி ஆனந்த விகடன் ஆசிரியர் குழுவில் ஒருவராக இருந்தபோது வாரந்தோறும் விகடனில் அவரது நகைச் சுவையும் அங்கதமும் கலந்த கட்டுரைகள் வெளிவரும். அவரது சிறப்பு அவரது நகைச் சுவை தான். இந்த சிறுகதையும் ஒரு 'காமெடிக் கதை' தான்.
>
> - ஜெயகாந்தன்

ராமு பார்க்காத சினிமா கிடையாது, போகாத டிராமா கிடையாது. படிக்காத நாவல் கிடையாது. இம்மாதிரி அவன் கலாசாலை நாட்களைச் சினிமாவுக்குப் போவதிலும், டிராமாப் பார்ப்பதிலும், நாவல்கள் படிப்பதிலுமே செலவழித்துக் கொண்டிருந்தான். இதன் பயனாக அவன் மனத்தில் ஓர் எண்ணம் வேரூன்றி விட்டது. தான் ஒரு காதல் நாடகத்தில் கதாநாயகனாக விளங்கினால்தான் தன் ஜன்மம் சாபல்யமாகும் என்று நினைத்தான். எல்லாரும் செய்வதுபோல் பெற்றோர்களாகப் பார்த்து தீர்மானிக்கும் பெண்ணைக்

கல்யாணம் பண்ணிக் கொள்வதில்லை. தானாக ஒரு பெண்ணைப் பார்த்துக் காதலித்துக் கல்யாணம் பண்ணிக் கொள்வது என்று உறுதி கொண்டான்.

தீர்மானம் ஆனதும் ஒரு தகுந்த பெண்ணைப் பொறுக்குவது என்று ஆரம்பித்தான். ராமு இதுவரையில் வாசித்த காதற் கதைகளிலும், பார்த்த சினிமாப் படங்களிலும் இந்த மாதிரியான கதாநாயகன் கதாநாயகியைப் பொறுக்கப் புறப்பட்டதாக அவன் கேள்விப்பட்டதில்லை. அதிலெல்லாம், "கண்டதும் காதல்" என்று சொல்கிறார்களே. அதுமாதிரிதான் நடந்திருக்கிறது. கதாநாயகன் ஒரு பெண்ணைத் திடீரென்று பார்க்கிறான். பெண்ணும் இவனைப் பார்க்கிறாள். அந்தப் பெண் இல்லாமல் தான் வாழ்க்கையை நடத்த முடியாது என்று கதாநாயகன் உணர்கிறான். அதேமாதிரி கதாநாயகன் இல்லாமல் தான் பிழைத்து இருக்க முடியாது என்று கதாநாயகி உணர்கிறாள். அவ்வளவுதான். காதல் நாடகம் ஆரம்பித்து விடுகிறது. கதாநாயகன் அழகாயிருக்கிறானா என்று கதாநாயகி கவனிப்பதில்லை. கதாநாயகி அழகாய் இருக்கிறாளா என்று கதாநாயகன் கவனிப்பதில்லை. காதல் உண்டானால் உண்டானது தான். இந்தத் தொல்லைக்காகத்தான் கதாசிரியர்கள் முன்கூட்டியே கதாநாயகன் மன்மதனைப்போல் அழகா இருக்கிறான், என்றும் கதாநாயகி ரதியைப் போல் அழகாயிருக்கிறாள் என்றும் வர்ணித்து விடுகிறார்கள்.

ராமு சென்னைக் கடற்கரையில் இப்படியும் அப்படியும் நடந்த நடை கணக்கு வழக்கு இல்லை. தினம் சாயந்திரம் காலேஜ் விட்டதும், அவனைக் கடற்கரையில்தான் பார்க்க முடியும். ராமு இந்த மாதிரி ஒரு பெண்ணைத் தேடி அலைந்தது கொஞ்ச நஞ்சமல்ல. ஆனால் அவன் மனசுக்கு உகந்த பெண் கிடைப்பது மிகவும் கஷ்டமாயிருந்தது. ஒன்றிரண்டு சமயங்களில் அவன் மனசுக்கு உகந்த பெண்ணைக் கண்டே பிடித்து விட்டான்! தனக்கு மனைவியாக ஆகப் போகிறவள் எப்படி எப்படி எல்லாம் இருக்க வேண்டுமென்று அவன் தன் மனசில் உருவகப்படுத்தி இருந்தானோ, அந்த அம்சங்களில் முக்கால்வாசிப் பொருத்தத்தையும் கண்டான். பெண்ணும் கடற்கரையில் தனியாக உட்கார்ந்திருந்தாள். அவன் அவளைக் காதலிக்கலாம் என்று மனசில் தீர்மானிப்பான். அந்தச் சமயம் பார்த்து ஒரு குழந்தை, அம்மா என்று கத்திக் கொண்டே வந்து அவள் மடியில் விழும்; அல்லது அந்தப் பெண்ணின் கணவன் போல் தோன்றிய ஒருவன் அவள் பக்கத்தில் வந்து உட்காருவான்.

''முயற்சியுடையார் இகழ்ச்சி யடையார்'' என்னும் பழமொழி பலிக்காமற் போகுமா? ஒருநாள் ராமு, தான் இத்தனை நாளாகத் தேடிக் கொண்டிருந்த காதலியைக் கண்டே பிடித்து விட்டான். அந்தப் பெண் யாரோ ஒரு சிறு பையனோடு தினம் கடற்கரைக்கு வருகிறாள் என்பதையும் கண்டுபிடித்து விட்டான். ஒரு நாள் அந்தப் பையனைத் தனியாக கூப்பிட்டு, அவனுக்குத் தின்பண்டம் வாங்கிக் கொடுத்து அந்தப் பெண்ணைப் பற்றிய முழு விவரங்களையும் தெரிந்து கொண்டுவிட்டான்.

அந்தப் பையன் அவளுக்குத் தம்பி. அவளுடைய பெயர் கமலா. அவளுக்கு இன்னும் கல்யாணம் ஆகவில்லை. பெற்றோர்கள் மிகவும் ஏழை. இரண்டு வருஷங்களாகக் கல்யாணத்துக்காகத்தான் பிரயத்தனம் பண்ணிக் கொண்டிருக்கிறார்கள்.

ஆனால், ராமு எதிர்பார்த்தபடி காரியம் ஒன்றும் நடப்பதாகத் தோன்றவில்லை. அவன் பார்த்திருக்கும் சினிமாப் படங்களில் காதல் ஆரம்பிக்கும் விதமே வேறு. கதாநாயகிக்குத் திடீர் என்று ஏதாவது ஆபத்து ஏற்படும். ஏதாவது மோட்டார் வண்டி அவள் மேல் பட்டதும், படாததுமாக ஏறும். இல்லாவிடில் எவனாவது ஒரு துஷ்டன் அவளைத் தொந்தரவு படுத்துவான். இந்த மாதிரி சமயங்களில் கதாநாயகன் எங்கேயாவது பக்கத்தில் இருப்பான். உடனே ஓடி வந்து கதாநாயகியைக் காப்பாற்றுவான்.

உடனே கதாநாயகியும் கதாநாயகனைப் பார்த்து, ''நீங்கள் செய்த உதவிக்கு நான் என்ன கைம்மாறு செய்யப் போகிறேன். என்னைத் தங்களுக்கு அர்ப்பணம் பண்ணுவதைவிட?'' என்று கூறுவாள். அவ்வளவுதான். எல்லாம் சுபமாக, சுலபமாக முடிந்துவிடும்.

கமலா விஷயத்தில் இதுமாதிரி ஒன்றும் நடக்கவில்லை. ஐந்தாறு நாட்கள் ராமு பீச்சுக்குப் போய் அவன் உட்கார்ந்திருந்த இடத்துக்குப் பத்தடிக்கப்பால் அவள் தன்னைப் பார்க்கும்படியாய் உட்கார்ந்தான். ஒன்றிரண்டு தடவை அவள் அவனைத் திரும்பிப் பார்த்துச் சிறு புன்முறுவலும் பூத்தாள். அவ்வளவுதான்! ஆனால், அவள் ஏதாவது ஆபத்தில் மாட்டிக் கொண்டால் அல்லவா அவன் போய் அவளைக் காப்பாற்ற முடியும்! சட்! இதற்குத்தான் ஸ்திரீகளும் படிக்க வேண்டுமென்பது. வேறு ஒன்றும் படிக்காவிட்டாலும் காதற் கதைகளாவது படிக்க வேண்டும்... இந்த மாதிரி ராமு எண்ணினான்.

அடுத்த நாள் ராமு தன் கவலையைத் தன் நண்பன் கிட்டுவிடம் சொன்னான்!

"என்னடா கிட்டு! நானும் அலையாத அலைச்சல் அலைந்து கடைசியில் ஒரு பெண்ணைப் பார்த்துக் காதல் கொள்ளலாம் என்றால், ஒன்றும் நடக்காது போல் இருக்கிறதே!" என்றான்.

"அது இருக்கட்டும்டா பழி! உன் பாட்டுக்கு யாராவது ஒரு கறுப்பாயியைப் போய்க் காதலித்து வைக்கப் போகிறாய்!" என்றான் கிட்டு.

"டேய் கிட்டு! நீ யாரைப் பார்த்து அப்படிச் சொல்லுகிறாய்? என் கமலாவைப் போன்ற அழகான பெண்ணை இனிப் பிரம்மா சிருஷ்டிக்க வேண்டுமாக்கும். நான் என்னவோ காதல் மயக்கத்தில் அப்படிச் சொல்லுகிறேன் என்று நினைக்காதே. வேண்டுமானால் இன்று சாயந்திரம் நீ என்னுடன் பீச்சுக்கு வந்து பார்."

அன்று சாயங்காலம் இருவரும் பிச்சுக்கு போனார்கள். வழக்கமான இடத்தில் கமலா உட்கார்ந்திருந்தாள். ராமுவின் கண்களுக்கு அவள் வழக்கத்தை விட அதிக அழகுடன் விளங்கினாள்.

"கிட்டு, அதோ உட்கார்ந்திருக்கிறாளே, அவள்தான். அவளை அடைவதற்காக நான் என்ன கஷ்டமானாலும் ஏற்றுக் கொள்ளத் தயாரா இருக்கிறேன்" என்றான் ராமு.

கிட்டு ஏதோ யோசனையில் ஆழ்ந்தவன் போல காணப்பட்டான். ஒரு நிமிஷம் கழித்து ராமுவைப் பார்த்தான்.

"நீ இப்பொழுது சொன்னது நிஜந்தானா?" என்றான்.

"எது?"

"என்ன கஷ்டமானாலும் ஏற்றுக் கொள்ளத் தயாரா இருக்கிறேன் என்று சொன்னாயே, அதுதான்."

"ஆஹா! அதற்கென்ன சந்தேகம்! நான் கமலாவை அடைவதற்கு நெருப்பில் குதிக்கச் சொன்னாலும் குதிக்கத் தயாராயிருக்கிறேன்."

"நெருப்பிலும் குதிக்க வேண்டாம். ஜலத்திலும் குதிக்க வேண்டாம். நான் ஒரு வழி சொல்லுவேன் கேட்பாயா?"

"சரி."

தொகுப்பு: கோ. எழில்முத்து

"அப்படியானால் இன்றையிலிருந்து சரியாக முப்பது நாளைக்கு நீ கமலாவைப் பார்க்கக்கூடாது."

"பார்க்கக்கூடாதா?"

"ஆம். சரியாக ஒரு மாத காலம் நீ அவளைப் பார்க்காமல் இருந்தால் அவளுக்கு உன் மேல் காதல் வளரும். நீ பீச்சுக்கு வரா விட்டால், 'நீ ஏன் வரவில்லை, நீ ஏன் வரவில்லை' என்று அவளுக்கு ஆவல் அதிகரிக்கும். அதனால் உன்மீது பிரியம் உண்டாகும். கடைசியில் ஒரு மாத காலத்துக்குப் பிறகு நீ அவளைப் பார்க்கும்போது அவள் உன் மேல் காதல் கொள்ளுவாள் என்பதில் தடை இல்லை."

"ஆனால், அவளைப் பார்க்காமல் நான் எப்படி இருப்பேன்?"

"முடியாது என்றால் வேறு வழியில்லை. இரண்டு பேர்களுக் கிடையில் அன்பு வளர்வதற்கு ஒருவரை ஒருவர் பிரிந்து இருப்பதை விடச் சிறந்த வழி இருப்பதாகத் தோன்றவில்லை. நம் சதிபதிகளை எடுத்துக் கொள். அடிக்கடி மனைவி ஏன் பிறந்த வீட்டுக்குப் போகும்படி நம் பெரியோர்கள் ஏற்படுத்தியிருக்கிறார்கள்? அவர்களிடையே அன்பு வளர்வதற்குத்தான். வேறு எங்கேயும் போக வேண்டாம். என் தகப்பனாரை எடுத்துக் கொள். நான் வீட்டில் இருக்கும்போது ஒரு காலணாக் காசு கொடுக்கமாட்டார். ஆனால், நான் இங்கேயிருந்து இவ்வளவு பணம் வேண்டுமென்று எழுதினாலும் அனுப்பி விடுகிறார். அது ஏன்?"

கிட்டு சொன்னதெல்லாம் ராமுவுக்கு நியாயம் என்று பட்டது. எப்படியாவது பல்லைக் கடித்துக் கொண்டு ஒரு மாதம் கழிப்பது என்று தீர்மானித்தான்.

ராமுவுக்கு ஒரு மாதம் போவது ஒரு யுகம் போவது போல் ஆகிவிட்டது. இந்த ஒரு மாதத்தில் அவனுக்குப் பைத்தியமே பிடித்து விட்டது எனலாம். சமுத்திரக்கரைப் பக்கமே அவன் போவதில்லை. சதா காலமும் கமலா நினைவாகவே இருந்தான். தினம் தானும் கமலாவும் நடத்தப் போகும் காதல் வாழ்க்கையை நினைத்து நினைத்து, என்ன என்னமோ மனக் கோட்டைகள் கட்டுவான். அந்தச் சமயம் அவனுக்கு உடனே ஓடிப்போய்க் கமலாவைப் பார்க்க வேண்டும் என்று கட்டுக்கு அடங்காத ஆவல் உண்டாகும். ஆனால், அடுத்த கணமே கிட்டு சொன்ன உபதேசமெல்லாம் ஞாபகத்துக்கு வரும். இன்னும் பத்து நாள், ஒன்பது நாள், எட்டு நாள் என்று இப்படி நாளை எண்ணிக் கொண்டு வந்தான்.

கடைசியில் அவன் பீச்சுக்குப் போக வேண்டிய நாள் வந்தது. அன்று காலையிலிருந்து அவன் இந்தப் பாழும் கடிகாரம் வேகமாக ஓடாதா என்று எண்ணினான். கடிகாரமும் அன்றைக்கு என்று வேணுமென்றே வழக்கத்தைவிட மிக மெதுவாக ஓடுவதாகத் தோன்றிற்று. கடைசியில் மணி நான்காயிற்று. ராமு தன்னை நன்றாக அலங்காரம் பண்ணிக் கொண்டான். பீச்சைப் பார்க்க வேகமாய் நடந்தான்.

வழக்கமாகக் கமலா உட்கார்ந்திருக்கும் இடத்தை அணுகினான். எங்கே கமலா தன்னைக் காணாமல் இப்பொழுது பீச்சுக்கு வருவதில்லையோ என்று ஒரு பெரிய சந்தேகத்தை அவன் மனசு கிளப்பியது. அனால், இந்தச் சந்தேகம் தெளிந்ததே போல் அடுத்த கணம் அவன் முகம் மலர்ந்தது. கமலா அங்கு உட்கார்ந்திருந்தாள்.

ஆனால், திடீரென்று அவன் முகம் கறுப்பானேன்? கமலாவுக்குப் பக்கத்தில் உட்கார்ந்து யாரோ ஒரு யுவன் பேசிக் கொண்டிருக்கிறானே! யார் அவன்? ஆம். கிட்டுதான். சந்தேகமில்லை.

இதற்குள் கிட்டுவே ராமுவைக் கூப்பிட்டான். ''வா அப்பா ராமு, வா. நான் இந்தப் பெண்ணை உனக்கு 'இன்ட்ரடியூஸ்' பண்ண வேண்டாமா? இவள் பெயர் கமலா. இவளுக்கும் எனக்கும் அடுத்த வாரம் கல்யாணம் ஆகப் போகிறது. நீ தான் மாப்பிள்ளைத் தோழன் தெரியுமா?'' என்று சொல்லிக் கொண்டே கிட்டு ராமுவின் முதுகில் தட்டிக் கொடுத்தான்.

''அட தடியா! நீ அடித்துக் கொண்டு போவதற்காகவா என்னை இப்படி ஏமாற்றினாய்!'' என்று ராமு தன் மனசுக்குள் சொல்லிக் கொண்டான்.

தொகுப்பு: கோ. எழில்முத்து

ஓவியர் மணி

பெ. தூரன்

அறிமுகம்

திரு. பெரியசாமி தூரன் தமிழறிஞர்; தமிழ்க் கலைக் களஞ்சியங்கள் உருவாக்கியவர். சிறந்த பாடலாசிரியர். இவரது சாகித்யங்கள் இன்றும் மேடைகளிலும், வானொலியிலும் இசைக்கப் படுகின்றன. இலக்கியம் சமயம் சார்ந்த கட்டுரைகள் பல எழுதியவர். இயற்கையையும் சிருஷ்டியையும் இணைத்துப் பார்த்து, இடையில் சிக்கித்

> தவிக்கும் கலைஞன் இறுதியில் பெறும் ஞானத்தை அடிப்படையாகக் கொண்டு எழுதப்பட்ட அருமையான தத்துவக் கதை.
>
> - ஜெயகாந்தன்

அவன் ஓர் ஓவியன். அவள் ஒரு கட்டழகுள்ள இளங்குமரி. அழகை அள்ளிப் பருகி வர்ணங்களில் சிறைப்பிடிக்கும் அவன் உள்ளத்தை அவள் கவர்ந்தது ஆச்சரியம் அன்று.

இந்த உள்ளக் கவர்ச்சி ஆரம்பத்தில் உணர்ச்சியாகவே தொடங்கிற்று. அவளது கட்டுக்கு அடங்காத எழிலை அவன் எழுத ஆவல் கொண்டான். அவளும் இணங்கினாள். ஒரு சிறு அறையிலே, சித்திரக் கூட்டங்களுக்கிடையே தனிமையில் இருவரும் பல நாட்கள் சந்திக்கலானார்கள்.

சில நாட்களில் 'அந்நியம்' என்ற உணர்ச்சி நடப்பு உணர்ச்சிக்கு இடங்கொடுத்து விட்டது. இப்பொழுது அவர்கள் ஒருவரை ஒருவர் பெயர் சொல்லித் தாராளமாகக் கூப்பிட்டுக் கொள்கிறார்கள்.

"முருகா, இன்னும் எத்தனை நாட்களுக்கு எழுதிக் கொண்டிருப்பாய்?"

"எத்தனை நாட்களுக்குத் தீட்டினாலும் உனது அழகு முழுவதையும் திரையில் காட்ட முடியாதே! நீ தெய்வம்; வெறுந் தெய்வமல்ல, அழகு தெய்வம்."

தெய்வயானை சிரித்தாள். மறு கணம் நாணிக் குனிந்தாள். முருகன் தான் ஒன்றும் மிகைப்படுத்திக் கூறியதாக நினைக்கவே இல்லை. உண்மையைச் சொல்ல ஏற்ற வார்த்தைகள் அகப்பட வில்லையே என்றுதான் ஏங்கிக் கொண்டிருந்தான். ஆனால் சொல்ல முடியாத அந்த காரியத்தை அவன் கை செய்து கொண்டிருந்தது. அதில் சந்தேகமே இல்லை.

முருகன் தெய்வயானையின் ஒவ்வோர் அங்கத்திலும் பொங்கும் பருவச் சாயலைப் படத்தில் பதித்துக் கொண்டு இருந்தான். அவளோ அவன் தனது உருவத்தைத் திரையில் பிடிப்பதோடு உள்ளத்தையும் கவர்ந்து கொண்டான் என்பதை மெதுவாக உணர்ந்தாள்.

இப்பொழுது அவர்கள் சதிபதிகள். தெய்வயானையின் ஒவ்வோர் அசைவும் முருகனுக்கு ஒரு புது ஓவியத்திற்கு மாதிரியாக

தொகுப்பு: கோ. எழில்முத்து

இருக்கிறது. முருகன் எழுதும் ஒவ்வொரு சித்திரமும் தெய்வ யானையின் காதலை வளர்க்கும் உயிர்ச் சத்தாக உருவடைகிறது.

முருகன் சிறந்த ஓவியன் என எங்கும் புகழ் பெற்றான்.

பத்து வருஷங்கள் சென்றன.

அதன் பிறகுதான் அந்த எதிர்பாராத சம்பவம் நடந்தது. ஒரு நாள் மாலை முருகன் கண்களை மூடிக் கொண்டு மானசீக ஓவிய மொன்றைக் கற்பனை செய்து கொண்டிருந்தான். தெய்வயானை அங்கு வந்து எதிரில் நின்றதும் அவனுக்குத் தெரியவில்லை. அவள் அவனைப் பார்த்து ஆனந்தபட்டுக் கொண்டிருந்தாள். ஓவியன் கனவு துள்ளும் கண்களைத் திறந்தான். அவள் சிரித்தாள். ஆனால், அவன் சிரிக்கவில்லை.

எதிர்பாராத ஒன்றை அவன் கண்டான். கண்ணாடி போலிருந்த அவள் கன்னங்களில் முன்பிருந்த பளபளப்பைக் காணவில்லை. கற்பனையுலகிலிருந்து மனத்தைத் திருப்பிய முருகன் திடுக்கிட்டான். தெய்வயானையின் அழகும் மாறுவதா? கடவுள் படைக்கும் அழகுகளெல்லாம் இப்படித் தேய்ந்து அழிபவைதாமா? அவன் நெஞ்சு படபடத்தது. அப்படியே பதைபதைத்துப் போனான்.

பலவகையான எண்ணங்கள், உணர்ச்சிகள் குமுறி எழுந்தன. அன்றிரவு முழுவதும் அவனுக்குத் தூக்கம் பிடிக்கவில்லை. படுக்கையில் புரண்டு கொண்டிருந்தான். உள்ளம் வெதும்பியது. கொஞ்ச நேரத்திற்கு ஒரு தடவை அவன் நெடுமூச்செறிந்தான்.

தெய்வயானையும் தூங்கவில்லை. அவள் மனத்தில் ஒரு கலவரம். ஏன் இவ்வாறு உறக்கமில்லாமல் புரளுகிறார்? புதிதாக ஏதாவது ஒரு காட்சி அவர் எண்ணத்திற் புகுந்து ஓவியமாக வெளிவரும் முன்பு ஏற்படும் உயிர்ப்பு வேதனையா? இல்லையே. அதை எத்தனையோ தடவை அவள் கண்டிருக்கிறாளே. அதற்கும் இதற்கும் மாறுபாடு இருக்கின்றதே.

மறுநாள் முருகன் தன் ஓவியக் கண்களோடு அவளை ஊடுருவிப் பார்த்தான். அவள் முகம் தூக்கமின்மையால் வாடியிருந்தது. ஆமாம். பத்து வருஷங்களுக்கு முன்பு அவன் கண்ட அழகு மறைந்து விட்டது. கன்னியழகு போய்க் காதல் வாழ்க்கையில் பிறந்த தன்மையழகை அவன் ஏற்றுக் கொள்ளவில்லை. அதை உணராத குருடனாகி விட்டான். அவனால் இந்த மாறுதலைத் தாங்க முடிய வில்லை.

"என்ன! கடவுள் படைத்த அழகு இவ்வளவுதானா? அழிவது தானா? இத்தனைப் பேரழகையும் நிலைத்திருக்கச் செய்ய அவரால் முடியாதா? இன்னும் சிறிது காலத்தில் எல்லாம் சூனியமாகி விடுவதா? சே சே! அதை என்னால் சகிக்க முடியாது" என்று கூறி முருகன் நெட்டுயிர்த்தான். ஒரு வேதனைக் குரல் அவனையறியாது வெளிப்பட்டது.

முருகனுக்கு அமைதி வரவில்லை. அன்று முழுவதும் அறைக் குள்ளேயே ஊசலாடிக் கொண்டிருந்தான். மாலை நேரம். அன்று என்றுமில்லாத வனப்புடன் தோன்றியது. தெய்வயானை முருகனை அழைத்தாள். "வெளியே வந்து பாருங்கள். அந்தி வேளை என்ன அற்புதமாக இருக்கிறது! இதை ஒரு நல்ல காட்சியாகத் தீட்டலாம்" என்றாள். முருகன் தலையை வெளியே நீட்டினான். "இதுதானே? இதுவும் இன்னும் சிறிது நேரத்தில் அழியப் போகிறது. இந்த அழகு யாருக்கு வேண்டும்? இவ்வளவுதான் இறைவன் படைப்பு மகிமை" என்று சொல்லிவிட்டு அவன் மறைந்து விட்டான். அவளுக்கு ஒன்றுமே விளங்கவில்லை.

முருகன் பைத்தியம் பிடித்தவன்போல் ஆகிவிட்டான். அகிலாண்டங் களையும் அதிலுள்ள அனைத்தையும் ஆக்கியவனைச் சபிக்கலானான். அழியாத அழகைப் படைக்க முடியாத கடவுள் என்ன கடவுள்! தெய்வயானையின் பேரெழிலும் மாய்வதா? சீ, இந்தக் கடவுளுக்குக் கொஞ்சமும் திறமையில்லையே! சீதையின் அழகைக் கண்டு மயங்கிய ராவணன் குலத்தோடு மாண்டான். ஆனால், அந்த அழகு எங்கே? கம்பன் காவியத்தில் காண்பதெல்லாம் கடவுள் கை வன்மை எங்கே?

தலைமேல் கையை வைத்தான் முருகன். தலை சூடாக இருந்தது. குழம்பிய மனத்திலிருந்து திடீரென்று ஓர் எண்ணம் உதயமாயிற்று. "சிருஷ்டி கர்த்தாவால் நிலைக்கச் செய்ய முடியாத இந்த அழகை என் கைத் திறமையினால் என்றும் இருக்கச் செய்கிறேன் பார்" என்று கூவினான். வழி பிறந்து விட்டது கண்டு அவன் துள்ளிக் குதித்தான். ஆனந்த வெறியில் ஆடினான்.

இந்த முறை அவன் தெய்வயானையை முன்னே இருத்திப் படம் எழுதவில்லை. அவளுடைய சாயல்களை வெவ்வேறு சமயங்களில் வெவ்வேறு சித்திரங்களில் சேமித்து வைத்திருந்தவை

தொகுப்பு: கோ. எழில்முத்து

களையெல்லாம் ஒருங்கு திரட்டினான். முதல் முதலில் அவள் ஓவியத்திற்கு மாதிரியாக நின்ற போதிருந்த யௌவனத்தை அடிப்படையாக வைத்தான். மணம் முடிந்து முதல் தடவையாகத் தனி அறை புகுந்த போது அவள் முகத்தில் தோன்றிய முறுவலை இப் புதுச் சித்திரத்தில் கொண்டு வந்தான்.

இப்படியாகச் செவ்வி யெல்லாவற்றையும் திரட்டிப் பதினாறு வயசுக் கன்னிகையாக அவள் இருந்தவாறே எழுதி விட்டான்.

அவன் கொண்ட குதூகலத்திற்கு அளவேயில்லை. வெற்றிக் குறி அவன் முகத்தில் தாண்டவமாடியது. ''இது என்றும் அழியாது. உலகம் உள்ள அளவும் நிலைத்திருக்கும். ஆனால், கடவுள் உண்டாக்கிய அந்த அழகு மறைந்து போகும். இது என்றும் இருக்கும். அப்படியே இருக்கும்.''

இந்த வார்த்தைகளை அவன் உலகுக்கே பறை சாற்றுபவன் போல் உரத்துக் கூறினான். ''தெய்வம்! இதோ இதை வந்து பார்!''

இந்த ஆனந்தமான குரலைக் கேட்டுப் பல நாட்களாகி விட்டன. தெய்வயானை ஓடி வந்தாள்.

''அன்று இப்படித்தானே இருந்தாய்?''

''ஆமாம் - ம் - அதென்னவோ, உங்களுக்குத்தானே தெரியும்? நான் நினைத்துக் கொண்டா இருக்கிறேன்?''

சிறிது நேரம் இருவரும் மௌனமாக ஓவியத்தைப் பார்த்துக் கொண்டிருந்தார்கள்.

''இப்பொழுது இதை எதற்காக வரைந்தீர்கள்?''

''இந்த அழகை என்றும் நிலைக்கச் செய்வதற்காக.''

''என்ன இருந்தாலும் இது உயிரில்லாத் திரைதானே?''

''இதற்கா உயிரில்லை? என்னுடன் அந்தக் குமரி பேசுகிறாளே! அந்தச் சிரிப்பு இப்போது உன்னிடம் ஏது? அதில் இல்லாத உயிர் வேறு எங்கே இருக்கிறது?''

தெய்வயானைக்கு அவன் கருத்துச் சிறிதும் புலப்படவில்லை.

★★★

மேலும் ஓர் ஐந்து வருஷங்கள் கழிந்துவிட்டன. தெய்வ யானையின் மடியில் ஓராண்டு நிரம்பாத பெண் குழந்தை ஒன்று விளையாடிக் கொண்டிருக்கிறது. அது ஒன்றே இன்று அவளுக்கு ஆறுதல். குழந்தையின் சிரிப்பே அவள் உள்ளத்தைக் கவ்வும் கவலையிருளை அகற்றும் தண்ணமுதமாயிருந்தது.

முருகனுக்கு அந்தப் படமே எல்லாமாக ஆகிவிட்டது. அதைக் கட்டி அணைத்துக் கொள்வான். அதனுடன் கொஞ்சுவான்.

தெய்வயானையைப் பார்க்கக்கூட அவனுக்குப் பிடிக்க வில்லை. தாய்மை எய்திய அவள் தோற்றம் அவனுக்குக் கசந்தது. நாளடைவில் அவள் தான் இருக்குமிடத்திற்கு வருவதையும் வெறுக்கலானான். அவளைக் காணும்போதெல்லாம் உள்ளத்தில் வெறுப்புப் பொங்கலாயிற்று.

தெய்வயானை நைந்து உருகினாள். ஆனாலும், தன் கணவனது நிலையை உணர்ந்து அவன் இருக்கும் அறைக்குள் போவதையே குறைத்துக் கொண்டாள்.

ஒருநாள் காலை பத்து மணியாகிவிட்டது. இன்னும் வரக் காணோமே என்று அவள் காலையாகாரத்தை ஏந்திக் கொண்டு அவன் அறைக்குள் நுழைந்தாள். முருகன் படத்துடன் கொஞ்சிக் கொண்டிருந்தான். தனது கைத் திறமையில் முழுகியிருந்த அவன் கடவுள் சிருஷ்டியைப் பார்த்ததும் என்றும் இல்லாத பெருங் கோபமடைந்தான். அவள் முகத்தில் காறி உமிழ்ந்தான். அப்பொழுதும் அவன் உள்ளக் கசப்பு மட்டாகவில்லை. பக்கத்தில் கிடந்த படச் சட்டம் ஒன்றை எடுத்து அவள்மீது வீசினான்.

தெய்வயானை பதுமை போல் நின்று கொண்டு இருந்தாள். நெற்றியில் வழியும் ரத்தத்தையும் அவள் துடைக்கவில்லை. கண்களில் மட்டும் அடக்க முடியாத ஒரு துளி வெளிப்பட்டது.

''இனிமேல் என் முன்பு வந்து என்னை வருத்தப்படுத்தாதே! கடவுளின் கேவலக் கைவேலையைப் பார்த்தது போதும்!'' என்று முருகன் வெறுப்புடன் பேசலானான்.

அவனது சித்திரசாலைக்குக் கம்பியில்லாத சாளரமொன்று உண்டு. வீட்டின் பின்பாகத்தை நோக்கியிருந்தது அது. இப்பொழுது அதன் வழியாகத்தான் அவனுக்கு உணவு வருகிறது. அந்த அந்தக்

காலத்தில் உணவேந்திய ஒரு கை ஜன்னலின் வழியே தென்படும். முருகனும் அவன் மகிழ்ந்த படமும் யாதொரு தடங்கலுமின்றி ஏகாந்தமாக இருந்தனர்.

முருகனுக்குப் படத்தின் மீது ஏற்பட்ட ஆசை தாவித் தாவி வளர்ந்தது. சிறிது நேரமும் அதை விட்டுப்பிரிய அவனால் முடிய வில்லை. சதா அதைப் பார்த்து மகிழ்ந்து கொண்டிருந்தான். புது ஓவியங்கள் தீட்டுவது, நண்பர்களுடன் சல்லாபிப்பது, தனது உடலைக் கவனிப்பது எல்லாவற்றையும் மறந்துவிட்டான். அந்தக் கன்னி யழகு ஒன்றே அவன் கவனத்தைக் கவர்ந்திருந்தது. "இந்த அழகை அழியா அழகாகச் செய்து விட்டேன்" என்று வெறிபிடித்தவன் போலச் சொல்லுவான்; படத்தைப் பார்ப்பான். அந்த மோகனச் சிரிப்பு அவனை எதிர்கொள்ளும். முருகன் அப்படியே சொக்கியிருப்பான்.

இரண்டு வருஷங்கள் இவ்வாறு கழிந்தன. முருகனுக்குச் சித்தப்பிரமை என்ற வதந்தி எங்கும் பரவலாயிற்று. "சிறந்த ஓவியன், பாவம்! இப்படியாகிவிட்டது" என்று பலரும் பேசலானார்கள். ஆனால், அவனுக்கு ஓவியப் பிரமையென்று யாரும் தெரிந்து கொள்ளவில்லை. தேகத்தைப் பற்றிச் சிறிதும் கவலை கொள்ளாதிருந்ததால் அவன் ஆரோக்கியம் குலைந்து இருமல் அடிக்கடி வர ஆரம்பித்தது.

அவன் உடலும் மெலிந்துவிட்டது; கன்னம் ஒடுங்கி கண் குழி விழுந்துவிட்டது. ஆனால், ஆசை மட்டும் தணிவதாயில்லை. படத்தைப் பார்ப்பான், அது சிரிக்கும். கள்ளுண்டவன் போல் அவன் களிப்புடன் படுக்கையில் புரளுவான். உணர்ச்சி வேகத்தால் இருமல் விடாது வரும்.

சில மாதங்களில் அவன் படுக்கையை விட்டு எழுந்திருக்கவும் சக்தியற்றவனாகி விட்டான். எலும்புந் தோலுந் தவிர அவன் உடம்பில் ஒன்றுமில்லை. ஜன்னல் பக்கமாகக் கால்மாட்டை வைத்துக் கட்டிலைப் போட்டுக் கொண்டான். கைக்கெட்டும் தூரத்தில் அந்தச் சித்திரத்தை வைத்தான். அதையே பார்த்துக் கொண்டு படுத்திருந்தான்.

அவனுக்கு இருமல் அதிகரித்தது. காய்ச்சலும் தலைவலியும் அடிக்கடி வந்தன. கால் குடைச்சலும் சில சமயங்களில் சேர்ந்து கொள்ளும். உடல் துன்பம் அவன் சக்தியை மீற ஆரம்பித்தது. அந்தப் படம் அவனைப் பார்த்துச் சிரித்துக் கொண்டே இருந்தது.

ஒருநாள் மேனியில் ஏற்பட்ட வலியைச் சகிக்க முடியாமல் அவன் புரண்டு கொண்டிருந்தான். விடாது இருமல் நெஞ்சைப் பிளந்தது. பிறருடைய அன்பு மொழிகளுக்கு ஏங்கி, "அப்பா!" என்று பெருமூச்செறிந்து முருகன் ஓவியத்தை நோக்கினான். அது சிரித்தது.

அந்தச் சிரிப்பு இப்போது அவனைப் பரவசப்படுத்தவில்லை.

துன்புறுபவனுக்காக அதில் கவலை இருக்கிறதா? ஆறுதல் மொழி அந்த உதடுகளில் தொனிக்கிறதா? ஒரே சிரிப்பு!

முருகன் மறுபுறம் திரும்பிப் படுத்துக் கொண்டான். அவன் தலை கொதித்தது. மண்டை வெடித்து விடும்போல் இருந்தது. திணறிக் கொண்டு தன்னை அறியாது படத்துப் பக்கம் திரும்பினான்.

அந்தத் திரை சிரித்தது.

அன்றும் மறு தினமும் வேதனையில் கழிந்தன. முருகனுக்கு உணவு கொள்ளவில்லை. மனத்தில் பலவிதமான எண்ணங்கள் கொந்தளித்துக் கொண்டிருந்தன.

மூன்றாவது நாளும் குணம் ஒன்றும் காணவில்லை. உச்சிவேளை ஆக ஆகக் கால் குடைச்சல் மிகவும் அதிகரித்தது. "கால் குடைச்சல் தாங்க முடியவில்லையே! கால் குடைச்சல் தாங்க முடியவில்லையே" எனறு அடிக்கடி வாய்விட்டுக் கதறினான். ஒருசமயம் அப்படிக் கூவிக் கொண்டு படத்தைப் பார்த்தான். அது சிரித்தது.

"சீ, உயிரற்ற பிணமே! சிரிக்கிறாயா? என்மேல் உனக்கு அன்பு இருந்தால் சிரிப்பாயா இப்போது?"

அவனுடைய காதலெல்லாம் பறந்துவிட்டது. "இதுவா என் கைத்தொழில்? சே, கேவலம் ஒரே மாதிரி சிரிப்பு - ஒரே மாதிரி இளமை - ஒரே மாதிரி அழகு! இது எத்தனை நாளைக்கு இன்பம் தரும்?"

அவன் உள்ளத்தில் தெளிவும் உறுதியும் ஏற்பட்டன. உடல் வாதையையெல்லாம் பொருட்படுத்தாமல் எழுந்தான். வர்ணம் கலக்கும் பட்டைக் கத்தியை எடுத்தான். திரைச் சீலையைச் சின்னா பின்னமாகக் குத்திக் கிழித்து எறிந்தான்.

முருகன் ஆயாசத்தால் படுக்கையில் சாய்ந்தான். ஆனால் மனத்தில் கொஞ்சம் சாந்தி ஏற்பட்டது. அப்படியே கண்களை மூடினான். வாய் மட்டும் என்ன என்னவோ பிதற்றிக் கொண்டிருந்தது.

தொகுப்பு: கோ. எழில்முத்து

வெகு நேரம் உறங்கிவிட்டான். மறுபடியும் அவன் கண்களைத் திறந்தபோது மனம் அமைதியாக இருந்தது. மூளைக் கொதிப்பும் நீங்கிவிட்டது. அப்பொழுது யாரோ அவன் காலை மெதுவாக வருடிக் கொண்டிருப்பதை அவன் உணர்ந்தான்.

அதில் ஒரு சுகம் உண்டாயிற்று. மறுபடியும் கண்களை மூடிக் கொண்டான். அந்த மிருதுவான கைகளின் வெதுவெதுப்பைச் சதா அனுபவித்துக் கொண்டிருக்கலாம் என்று தோன்றியது.

இருந்தாலும் யாரென்று பார்க்க வேண்டுமென்ற ஆசை பிறந்தது. மெதுவாக முருகன் தலையை மேலே தூக்கினான். இரு கரங்கள் மட்டும் தென்பட்டன. வேறு அவயங்கள் ஜன்னலுக்கு வெளியே மறைந்திருந்ததால் புலப்படவில்லை.

தலையைப் படுக்கையில் வைத்துத் திரும்பவும் அவன் கண்களை மூடிக் கொண்டான். பல உணர்ச்சிகள் உள்ளத்தில் எழுந்து மோதிக் கொண்டன. திடீரென்று முருகன் எழுந்து அவ்விரு கைகளையும் கெட்டியாகப் பிடித்துக் கொண்டான்.

பிறகு வெளியே எட்டிப் பார்த்தான். கண்ணீர் வடியும் தெய்வ யானையின் முகம் மேலே காதலோடு பார்த்தது. அதில் என்ன கவலை! கனிவு! ஆவல்!

என்றும் பார்த்தறியாத அழகை முருகன் அன்று கண்டான். கன்னியழகல்ல, முதிர்ந்த தாய்மை அழகு. விசனத்தில் ஆழ்ந்தும், பொங்குகிற பேரழகு; தினந்தினம் மாறிப் புதிதாகத் தோன்றும் உயிருள்ள அழகு.

"கடவுளே, நீதான் ஒப்பிலா ஓவியன்; ஓவியர் மணி! நான் மாறுதல் அறியாத உயிர்ச் சக்தியற்ற அழகை உண்டாக்குபவன். நீ மாறி மாறி வளரும் பேரழகை உண்டாக்குகிறாய். தெய்வமே! என்னை மன்னிக்க வேண்டும்" என்று கதறினான்.

தெய்வயானை கந்தர்வச் சிரிப்புடன் அறைக்குள் நுழைந்தாள்.

அவள் கையைப் பிடித்துக் கொண்டு 'ஒரு சிறுமி' அழகு கூடத் தொடர்ந்து வந்தது. அந்தப் புதிய படைப்பில் தெய்வயானையின் இளமைப் பொலிவும் முருகனின் கலை நிறைந்த கண்களும் ஒருங்கே வெளிப்பட்டன.

கொல்லைப்புறக் கோழி

ந. சிதம்பர சுப்பிரமணியன்

அறிமுகம்

திரு. ந. சிதம்பர சுப்பிரமணியன் மணிக்கொடி காலத்து எழுத்தாளரே. பின்னர் எழுதுவதையே மிகவும் குறைத்துக் கொண்டபோதிலும் அவர் எழுதிய 'இதய ஒலி' என்ற நாவல் தமிழ் நாவல் இலக்கியத்தில் குறிப்பிடத்தக்கது. தமது இறுதிக் காலத்தில் வாஹினி நிறுவனத்தில் ஓர் உயர் அதிகாரியாகப் பணியாற்றினார். எல்லாக் காலங் களிலும் எழுத்தாளர்களிடம் அன்பும் மதிப்பும் கொண்டவர்.

தொகுப்பு: கோ. எழில்முத்து

இளம் எழுத்தாளர்களின் படைப்புகளைப் பாராட்டி உற்சாகப்படுத்துவார். அறுபது ஆண்டுகளுக்கு முன் வெளிவந்த கதை இது.

மனித நேயமிக்க ஒரு படைப்பாளியின் உணர்வு கேவலம் ஒரு கோழியின்பால் கூட எப்படி நெகிழ்ந்து விடுகிறது!

- ஜெயகாந்தன்

என் வீட்டின் கொல்லைப்பக்கத்தில் கிணற்றடிக்கு அப்பால் ஒரு வேப்ப மரம் உண்டு- அதற்கப்புறம் சிறிது திறந்தவெளி. கொல்லைக் கடைசியில் இடிந்துபோன அரளைக் கற்சுவர் ஒரு பக்கம் சரிந்து விழுந்தும் மற்றொரு பக்கம் விழுவதற்குத் தயாராகவும் நின்று கொண்டிருந்தது. அதற்கு வெளியே ஒரு கால்வாய். கால்வாயின் அந்தப் பக்கத்தில் ஏழைக் கூலியாட்களின் குடிசைகள்.

வந்த புதிதில் அலமேலுவின் ஆசையைப் பூர்த்தி செய்வதற்குப் பூமியைச் சுத்தம் செய்து மண்ணைக் கொத்திப் பாத்திகள் போட்டு ஒரு பக்கம் கீரையும் கொத்துமல்லியும் போட்டிருந்தேன். மற்றொரு பக்கத்தில் அவரையும் புடலும் போடுவதற்குக் கால்கள் நட்டிருந்தேன். கிணற்று ஜலமும் குளித்த ஜலமும் பாத்திகளுக்குப் போய்விடும்படி 'கால்' வெட்டியிருந்தேன்.

பொழுது விடிந்தவுடன் பயிர்க்குழிகளைப் பார்வையிடப் போய்விடுவாள் அலமேலு. "பார்த்தியளா, பார்த்தியளா, முளை விட்டிருக்கு பாத்தியளா" என்று அழைப்பாள் அவள். நான் பார்க்கப் போவேன். தரைக்குள்ளிருந்து முளைகள் எட்டிப் பார்த்துக் கொண்டிருக்கும். மற்றொரு நாள் "ஜலம் சரியாய்ப் பாய மாட்டே னென்கிறதே. அந்தக் காலைக் கொஞ்சம் வெட்டி விடுங்கள்" என்பாள். "சரி" என்று அதைச் சீர்படுத்துவேன். இப்படியாக அலமேலுவின் கவனிப்பினாலும் என்னுடைய பிரயாசையினாலும் கீரையும் கொத்துமல்லியும் நன்றாக முளைத்திருந்தன.

கொல்லையில் நாமே பயிராக்கும் காய்கறிகளுக்குத் தனி ருசி. என்னதான் கடையிலும் சந்தையிலும் வாங்கினாலும் இந்த ருசி வரவே வராது. "வாசல்லே கூடைக்காரி கொண்டு வராளே கொத்தமல்லி. சுத்த உபயோகமில்லே. வாசனையே கிடையாது மண்மாதிரி இருக்கு" என்பாள் என் மனைவி.

என் சிந்தையைக் கவர்ந்த நூல்கள் – ஜெயகாந்தன்

"சில சமயங்களில் மண் வாசனையிருக்கு" என்பேன் நான்.

"நம் ஆத்துக் கொத்தமல்லி வாசனை ஒண்ணுக்கும் வராது" என்பாள் அவள்.

"ரசத்திலேயே கொத்தமல்லி வாசனைதான் தூக்கியடிக்கிறது. ராத்திரிக்குக் கீரையை வெண்ணெயா மசித்து மசியல் பண்ணு" என்பேன் நான். வாழ்க்கையில் எங்களுக்கு ஒரு புது ருசியைக் கொடுத்து வந்தன. கொல்லையில் உண்டான அந்தச் சிறு பயிர்க் குழிகள்.

ஆனால் அதில்கூட ஆசாபாசங்கள் ஏற்பட வேண்டுமா? ஒருநாள் வழக்கம்போல் கொல்லைப்பக்கம் ஆசையாகப் பார்க்கச் சென்றாள் அலுமேலு. அவளுக்குத் தூக்கிவாரிப் போட்டது. கொத்தமல்லித் தளிர்கள் இறைந்து கிடந்தன. கீரைப்பாத்தி உருச் சிதைந்து இறைபட்டுக் கிடந்தது. சிறு துண்டுகள் ஒடிந்து கிடந்தன. யுத்த களத்தில் கிடக்கும் பிணங்களைப்போல் அவை இங்கும் அங்கும் சிதறிக் கிடந்தன. "ஐயோ, இங்கே வாங்களேன். இந்த அநியாயத்தைப் பாருங்களேன். பாத்தியை யெல்லாம் பாழாக்கி யிருக்கே" என்று கண்ணீர் ததும்பச் சொன்னாள்.

"அட பாவமே, நாசம் பண்ணியிருக்கே" என்றேன்.

"எந்தப் பசங்களோ இப்படிப் பண்ணியிருக்குகளே, சனியன்கள்" என்று ஆத்திரப்பட்டுக்கொண்டு முணுமுணுத்தாள். அவளுக்கு மிகவும் வருத்தமாயிருந்தது.

"இவை மனுஷாள் ஒருவரும் செய்யவில்லை" என்று நான் துப்பறியும் வேலை செய்வதற்குள் பறந்துகொண்டு குட்டிச் சுவரின் மேல் வந்து உட்கார்ந்தது ஒரு கோழி. "இந்தக் கோழிதான் இதைச் செய்திருக்கு" என்றேன்.

"அட கட்டையிலே வைக்க. இதுவா பண்ணியிருக்கும்? பயிர்களுக்கெல்லாம் இதுவா யமனாக வந்து சேர்ந்தது? இதன் காலை ஒடியுங்கள்" என்றாள் அவள். அந்தக் கோழியைச் சித்திரவதை செய்து அனுப்ப வேண்டுமென்ற ஆத்திரம் அவளுக்கு இருந்தது.

ஆனால் இதெல்லாம் ஒன்றும் தெரியாமல் அந்தக் கோழி வெகு அலட்சியமாக உலகத்தையே ஜயித்த வீரனைப் போல் கொக்கரித்துக் கொண்டும் அங்கும் இங்கும் தரையைக் கிளறிக் கொண்டும் தாவிப் பறந்துகொண்டும் இருந்தது. இதுதான் அந்தக் கோழியின் விஜயம். வரும்போதே எங்களுக்கு அதிருப்தியும் ஆங்காரமும் உண்டாகும்படியான காரியங்களைச் செய்து வந்தது.

தொகுப்பு: கோ. எழில்முத்து

அதற்குப் பிறகு கோழி அடிக்கடி கொல்லைக்கு வந்துவிடும். ஒன்றுக்கும் கொல்லை உபயோகமில்லாமற் போய்விட்டது. வடகம் பிழிந்து உலர்த்தியிருந்தால் கோழி வந்து களேபரம் பண்ணிவிடும். அப்பளத்திற்கு உளுத்தம் பருப்பு உலர்த்தியிருந்தால் அதில் வந்து எச்சம் இட்டுவிடும். கொல்லை முழுவதையும் தன்னுடைய ஏகபோக பாத்தியதைக்குள்ளாக்கிக் கொண்டது அந்தக் கோழி. அக்கோழியைப் பிடிக்க வரும் பையன்கள் வேறு, இடிந்து போன சுவரில் ஏறி வந்து அட்டகாசம் செய்வார்கள். அவர்கள் ஏறும்போது ஏற்கனவே இடிந்திருக்கும் சுவர் இன்னும் கொஞ்சம் சரியும். தனியாயிருக்கும் அரளைக்கல் கீழே விழுந்து ஓடும்.

அலமேலுவுக்கும் எனக்கும் கொஞ்சங்கூட இவற்றைச் சகிக்க முடியவில்லை. பார்ப்பதற்கு ரம்யமாகவும் சுத்தமாகவும் உபயோக மாகவும் இருந்த கொல்லையை எங்கிருந்தோ சனியனாக வந்த இந்தக் கோழி பாழ்படுத்தி விட்டது. சிறுவர்கள் வருவதும் கோழியை விரட்டுவதுமாகக் கொஞ்சம் கூடத் தனிமையில்லாமல் ஆகிவிட்டது.

கோழிமேல் கல் எறிந்து பார்த்தேன், பயமுறுத்திப் பார்த்தேன். அதைப் பிடித்துக் கட்டிப்போடப் பார்த்தேன். ஒன்றும் சரிப்படவில்லை. அது தன் இஷ்டப்படி வருவதும் போவதும் தொந்தரவு செய்வதுமாகத் தான் இருந்தது. குடிசையிலுள்ள குடியானவர்களையும் அந்தக் கோழியைப் பிடித்துப் போக வரும் பையன்களையும் கண்டபடி வைதேன்.

"ஏண்டா மடப்பயல்களா! கோழி வளர்க்க உங்களுக்குத் தெரியுமாடா? கோழி வளர்க்கத் தெரியாதவர்கள் ஏன்டா கோழி வாங்கிறையள்?" என்றேன்.

"இல்லை சாமி. கட்டித்தான் போடறோம். சமயங்களிலே அத்துக்கிட்டுக் கிளம்பிடறது."

"என் பயிரெல்லாம் போயிடுத்து. சாமானெல்லாம் போறது. யாரடா புணைப்படறது?" என்றேன்.

"தினம் பொழுது விடிந்தால் இந்த இழவு கோழியின் அட்டகாசந் தான். இதைக் கொல்லுங்கள்" என்றாள் அலமேலு. அதை இம்சித்துப் பிடிக்க வேண்டுமென்ற ஆசை அவர்களுக்கு இருந்தது.

"பையல்களா, குடியிருக்கும் தெரு பாழ் என்று நினைத்து கோழியை விடறது, நீங்களும் சம்மதிச்சு வர்றது. இதெல்லாம் என்ன காரியம்? ஒண்ணும் தெரியல்லை போலிருக்கு? போங்கடா வேலையத்த பசங்களா" என்று அதட்டினேன்.

"என்ன சாமி பண்றது? சில சமயங்களில் கிளம்பிடறது. இனிமே அங்கிட்டு வராமே பாத்துக்கிறோம்" என்றான் நடுத்தர வயதானவன் ஒருவன்.

"தொலையுங்கடா, தொலையுங்கடா. இனிமேல் இந்தத் தொந்தரவுகளைச் சகித்துக் கொண்டிருக்க முடியாது" என்று தீர்மானமாகச் சொல்லிவிட்டு அவர்களை அனுப்பினேன்.

ஆனால் என்னுடைய கோபத்தையோ அதிருப்தியையோ வெறுப்பையோ கொஞ்சங்கூட அந்தக் கோழி லட்சியம் செய்ததாகத் தெரியவில்லை. அதுபாட்டில் தன் நடவடிக்கைகளை நடத்திக் கொண்டே வந்தது.

காலையில் காபி சாப்பிட்டுவிட்டுப் பத்திரிகையைப் பார்த்துக் கொண்டு உட்கார்ந்திருந்தேன்.

"சனியனே, வந்துவிட்டாயா?" என்று கோழியை விரட்டவும் களைந்து வைத்திருந்த அரிசிக்கு ஆபத்து வராமல் காப்பாற்றவும் ஓடினாள் அலமேலு. கோழியை விரட்டிக் கொண்டு சிறுவர்கள் ஓடி வந்தனர்.

"அப்பன்களா, வந்துவிட்டீர்களா? பொழுதுவிடிந்தால் இதுதாண்டா காரியமாயிருக்கு. கோழி வருவதும் அதைத் துரத்திக் கொண்டு நீங்கள் வருவதும் உங்களைத் துரத்த நாங்கள் வருவதும் இதைத் தவிர வேறு ஜோலியில்லை போலிருக்கு எல்லோருக்கும்?" என்று அவர்களை விரட்டப் போனேன்.

"இல்லை சாமி. இனிமேல் உங்கள் வீட்டுக்கு வாராது சாமி."

"ஏண்டா என்ன சமாசாரம்?" என்றேன்.

"இன்னிக்குக் கோயிலுக்கு அதைப் பொங்கலிடப் போறோம் சாமி" என்றான் ஒருவன்.

"சனியன், இன்னியோடே தொலைஞ்சுதா!" என்றாள் அலமேலு.

"சரி, சரி, பிடித்துக்கொண்டு போய்க் காரியத்தை முடியுங்கள்" என்று சொல்லிவிட்டு வீட்டுக்குள் வந்தேன்.

குளித்துவிட்டுச் சாப்பிடுவதற்குத் தயாராயிருந்தேன். கொல்லைப் பக்கத்துச் சப்தம் குறைந்த வழியாகக் காணவில்லை.

"என்ன, பிடித்துக்கொண்டு போனான்களா இல்லையா?" என்றேன்.

"அந்தப் பக்கிகளுக்குக் கோழியை வளர்க்கவும் தெரியல்லே, பிடிக்கவும் தெரியல்லே" என்று இரண்டும் தெரிந்தவள் போலச் சொன்னாள் அலமேலு.

அந்தக் கோழியை எப்படியேனும் நானாவது கையிலே பிடித்து அவர்கள் கையில் கொடுத்து அவர்களை விரட்டியடிக்க வேண்டுமென்று தோன்றிற்று. அவசரமாகக் கொல்லைப்பக்கம் போனேன்.

கோழி கால்வாயில் அங்கும் இங்குமாக ஓடிக் கொண்டிருந்தது. நாலு பக்கத்திலும் நாலு பேர் நின்று கொண்டு அதைத் துரத்திக் கொண்டிருந்தனர். திகில்கொண்ட கோழி அங்கும் இங்குமாக ஓடிக் கொண்டிருந்தது. "ஒரு தாவு தாவிப் பிடியுங்களேண்டா!" என்று குட்டிச் சுவரைப் பிடித்துக்கொண்டு யுக்தி சொல்லிக் கொடுத்தேன். ஆனால் அவர்களுக்கு மேலே சாமர்த்தியமாக அது சமாளித்துக் கொண்டு வந்தது. திடீரென்று உயரப் பறந்து குட்டிச் சுவரின்மேல் வந்து உட்கார்ந்தது. ஒரு பாய்ச்சல் பாய்ந்து அதைப் பிடிக்கப் போனேன்.

"அட கண்றாவியே, நீங்கள் எதற்கு அதைப் பிடிக்கப் போறியவள்? மூக்கினால் குத்தி வைக்கப் போகிறது" என்று ஜாக்கிரதைப் படுத்தினாள் அலமேலு. என்னுடைய பாய்ச்சல், அலமேலுவின் குரல் இரண்டிற்கும் முன்பாகவே, அது மற்றொரு தாவுத் தாவி வேப்பமரத்தின் மேல் ஏறிக்கொண்டு விட்டது.

"என்னடா உச்சாணிக் கிளைக்குப் போயிடுத்தே. கீழே இருக்கிறபோதே பிடிக்க முடியாத பிரகஸ்பதிகள். மரத்தின்மேலே இருக்கிறதைப் பிடிச்சிடப் போறியளாக்கும்" என்றேன்.

"நீளக் கொம்பாவது தொரட்டியாவது இருக்குமா சாமி?" என்றான் ஒரு பையன்.

"எலை பறிப்பதுபோல நினைச்சுண்டாயோ?" என்று பரிகாசம் செய்தேன்.

ஒரு பையன் குறிபார்த்து அதன்மேல் கல்லை விட்டெறிந்தான். மற்றொரு பையன் 'ஆ ஆ' என்று அதைப் பயமுறுத்திக் கொண்டிருந்தான்.

"இங்கே வாருங்கடா இப்படி..." என்று என்னுடைய யோசனையைச் சொல்ல வாயெடுத்தபடியே பின்னால் வேகமாக நகர்ந்தேன்.

''ஐயோ கிணறு'' என்றாள் அலமேலு. அதே நிமிஷத்தில் என் உடம்பு அளவற்ற திகிலுடன் ஒரு குலுங்கு குலுங்கிற்று. கிணற்றின் கம்பத்தைப் பிடித்துக் கொண்டு நின்றேன்.

கொல்லைக் கிணற்றுக்குப் பிடிச்சுவர் இல்லை. கோழியைப் பிடிக்கும் உற்சாகத்தால் பின்னாலேயே அடிவைத்து வந்ததில் கிணற்றில் விழப் போனேன். அந்த நிமிஷத்திலேயே உயிரை விடாமல் கெட்டியாகப் பிடித்துக் கொள்ளும் இயற்கையானதோர் உணர்ச்சியினால் அந்த ஆபத்தை உணர்ந்து கிணறுக் கம்பத்தைப் பிடித்துக் கொண்டு நின்றேன். முகத்தில் வேர்வை அரும்பிற்று. மூச்சு வாங்கிக் கொண்டிருந்தது. ''பிழைத்தோம்'' என்று ஆசுவாசப்படுத்திக் கொண்டிருந்தேன்.

பொதுவாக எல்லோருக்கும் சாவு நிச்சயம் என்பது தெரியாமல் இல்லை. நாற்காலியில் உட்கார்ந்துகொண்டு ''என்றைக்காவது நாமும் போக வேண்டியதுதானே'' என்று சொல்லும்போது சாவு அவ்வளவு பயங்கரமாகத் தோன்றாது. ஆனால் நாம் குருட்டு யோசனை செய்துகொண்டு தெருவில் நடக்கையில் மோட்டார் பஸ் முதுகில் முட்டவரும்போது நம்முடைய ஒவ்வோர் அவயவமும் பதறித் துடிக்கிறது. நம்மை அறியாமல் சரீரத்தைக் காப்பாற்றிக் கொள்ளும் ஆத்திரத்தைக் கொடுக்கிறது. நெஞ்சு பதறுகிறது. துள்ளிக் குதித்து உயிரைக் காப்பாற்றிக் கொள்ள ஓடுகிறோம். சாவு தூரத்தி லிருக்கும் வரையில் நம்மைப் பயமுறுத்துவதில்லை. ஆனால் காதின் பக்கத்தில் வந்து ரகசியமாய் அழைக்கும் போதுதான் அதன் கோரம் தெரியவரும்.

அகஸ்மாத்தாகக் கிணற்றில் விழப் போனதால் என் மனம் படபடத்துக் கிடந்தது. என்னுடைய அந்த நிமிஷ உபாதையை அறியாத அலமேலு ''நல்ல வேளை. கிணற்றில் விழத் தெரிஞ்சியளே. தூணைப்பிடிச்சியளோ புழைச்சியளோ! ஒரு கண்டம் தப்பிச்சுது. இந்த வீட்டுக்காரக் கடன்காரன் கிணற்றுக்குப் பிடிச்சுவர் கட்டச் சொன்னால் ஆகட்டும் ஆகட்டும்னு கழிச்சுண்டு வரான். ஒரு வேளையைப் போல் இருக்குமோ!'' என்று ஆரம்பித்தாள் அலமேலு.

''அவன் கட்டாவிட்டால் காலி பண்ணி விடுவேன் என்று சொல்லிவிடுகிறேன்'' என்று பதில் கூறினேன்.

''போதும் போதும் நீங்கள் கோழி பிடிச்சுக் கொடுக்கிற அழகு. கிணற்றிலேந்து சாகத் தெரிஞ்சியளே'' என்றாள் அவள். எனக்கும் மனசு சரியாயில்லை. கலக்கத்தால் சிதறிக் கிடந்தது.

அண்ணாந்து பார்த்தேன். தன் உயிரைக் காத்துக் கொள்வதற்காக அந்தக் கோழி உச்சாணிக் கிளையில் உட்கார்ந்து கொண்டிருந்தது. யம கிங்கரர்கள்போல உயிரைக் கவர வரும் ஆட்களுக்குப் பயந்துகொண்டு உயிரின் மேலுள்ள ஆசையால் தன்னைக் காப்பாற்றிக் கொள்ளும் முயற்சியில் அது முனைந்திருந்தது. எனக்கு என் உயிர் போவதில் இஷ்டமில்லை. ஆனால் அந்தக் கோழியின் உயிரைப் பற்றி அக்கறையில்லை. உடலை விட்டு உயிர் போவதென்றால் சாதாரண விஷயமா? அரைக்கால் விநாடி வேதனையில் உயிருக்கு ஆபத்து வருமோ என்ற எண்ணத்தில் என் மனம் என்ன பாடுபட்டது. அந்த வேதனை கோழிக்கும் உண்டு.

''என் உயிருக்குப் பறந்தாயே. இந்தக் கோழியைக் கொன்று விடுவார்களே. இதன்மேல் கருணையைக் காணோமே'' என்றேன். கிணற்றடியில் ஏற்பட்ட பதற்றத்தில் சிறிது வேதாந்தமும் பிறந்தது.

''கோழியும் நீங்களும் ஒன்றுதானாக்கும்'' என்று சொல்லிவிட்டு உள்ளே போய்விட்டாள் அலமேலு.

கொஞ்ச தூரத்திலே பையன்கள் அந்தக் கோழியையே பார்த்துக் கொண்டு நின்றனர். கற்களை எறியும் பையன் மேலும் கற்களைப் பொறுக்கிக் கொண்டிருந்தான். மறுபடியும் அந்தக் கோழியைப் பார்த்தேன். உச்சாணிக் கிளையில் இருந்தாலும் அதன் பார்வையில் பீதியும் சோகமும் ததும்புவதுபோல் எனக்குப் பட்டது. ஒவ்வொரு பிராணிக்கும் அதனதன் உயிர் அருமைதான். ஒவ்வொன்றும் தன் தன் உயிரைக் காப்பாற்றிக்கொள்ள முடிந்தவரையில் முயற்சி செய்யத்தான் செய்கிறது. நடுங்கிக் கொண்டிருக்கும் அந்தக் கோழியைப் பார்க்கையில் இரக்கம் பொங்கி வந்தது. உடலிலிருந்து உயிரைப் பிரிக்க முயலும் அந்தக் கொடுமைக்கு நானும் ஆளாக வேண்டுமா என்ற அனுதாபம் உண்டாயிற்று. ''அடடா! அது எப்படி நடுநடுங்கிக் கொண்டிருக்கும்'' என்று மனத்திற் சொல்லிக்கொண்டே ''போங்கடா போங்கடா காலிப் பயல்களா! தினம் பொழுது விடிந்தா இதுதான் வேலையாப் போச்சு. கோழி பிடிக்கத் தெரியாத முட்டாள்கள் வந்து ஒரு மணியா ஆர்ப்பாட்டமும் அட்டகாசமுந்தான் ஜாஸ்தியாயிருக்கு. என் வீட்டுக் கொல்லையிலே ஒருத்தரும் நிற்காதேயுங்கள் போங்கள் போங்கள்'' என்று ஒவ்வொருவராக அவ்வளவு பேரையும் விரட்டினேன்.

என் சிந்தையைக் கவர்ந்த நூல்கள் – ஜெயகாந்தன் 111

கொஞ்ச நேரத்திற்கு முன்பு வரையில் கோழியைப் பிடிக்க ஒத்தாசைக்கு வந்த மனிதன் இப்பொழுது திடீரென்று இப்படி விரட்டியடிப்பானேனென்ற திகைப்புடனே அவர்கள் சுவர் வழியாக இறங்கிக் குடிசைகளுக்குப் போய்ச் சேர்ந்தனர்.

கோழி சாவுக்குப் பயந்து உச்சாணிக் கிளையிலேயே இருந்தது. அதற்குப் பிறகு வழக்கமாக ஏற்பட்ட தினசரி ஆபீஸ் வேலைகளைக் கவனிக்கப் புறப்பட்டேன். சாயந்தரம் ஆபீசிலிருந்து வந்ததும் கொல்லைப்பக்கம் போய் அண்ணாந்து பார்த்தேன். கோழியைக் காணவில்லை. ''அலமேலு, கோழி எங்கே?'' என்றேன் நான்.

''எனக்கென்ன தெரியும்? புடிச்சிண்டு போயிருக்குங்கள் அந்தப் பக்கிகள். காலம்பறக் கொல்லைக் கதவைச் சாத்தினால் சாயந்தரந் தானே திறக்கிறேன்? இந்தக் கோழியைத்தான் கவனிக்கிறேனாக்கும்'' என்றாள்.

வேறு ஒன்றும் பேசாமல் சரிந்து கிடந்த அரளைக்கற்களைத் தள்ளி வைக்கப் போனேன். தள்ளி வைத்துவிட்டுக் கால்வாயை எட்டிப் பார்த்தேன். ஒரு குடிசையின் பக்கத்தில் சிறகுகள் சிதறிக் கிடந்தன. என்னை அறியாமல் தேகத்தில் ஒரு கூச்சம் ஏற்பட்டது. மனத்தை ஏதோ அறுத்துக் கொண்டிருந்தது.

''அலமேலு கோழியைத் தீர்த்துப்புட்டான்கள்'' என்றேன் நான்.

''நல்ல வேளை, சனி தொலைஞ்சது. இனிமேல் கொல்லையைத் துவம்சம் பண்ணாது'' என்றாள் அலமேலு.

அந்த வார்த்தை நாராசம்போல் என் காதில் விழுந்தது.

☆